ஸ்ரீ விநாயக புராணம்

வேணுசீனிவாசன்

சங்கர் பதிப்பகம்
15 / 21, டீச்சர்ஸ் கில்டு காலனி, 2-வது தெரு,
இராஜாஜி நகர் விரிவு,
வில்லிவாக்கம், சென்னை - 600 049.
தொலைபேசி: 044-26502086, 9444191256
email: shankar_pathippagam@yahoo.com
wef: www shankarpathippagam.in & www bookthagam.com

நூல் விவரப் பட்டியல்

நூலின் பெயர்	:	ஸ்ரீ விநாயக புராணம்
ஆசிரியர்	:	வேணுசீனிவாசன்
நூல் வகை	:	ஆன்மீகம்
பதிப்பு ஆண்டு	:	முதல் பதிப்பு - 2021
நூல் அளவு	:	டெம்மி
பக்கங்கள்	:	152
பைண்டிங்	:	சாதாரண அட்டை
ISBN NO	:	978-93-87655-95-9
வெளியீடு	:	சங்கர் பதிப்பகம் 15/21, டீச்சர்ஸ் கில்டு காலனி, 2-வது தெரு, இராஜாஜி நகர் விரிவு, வில்லிவாக்கம், சென்னை – 600 049. தொலைபேசி: 044 – 2650 2086
அச்சாக்கம் & மேலட்டை	:	பழனி ☎ 8667041889
அச்சிட்டோர்	:	எம்.கே.கிராபிக்ஸ், சென்னை - 600 021. தொலைபேசி : 98408 28213

விலை: ரூ.150.00

முன்னுரை

இந்து சமயத்தின் மூலவேராக இருப்பது எழுதாக்கிளவி என்று சொல்லப்படும் நமது ஒப்பற்ற வேதங்கள். அதன் கிளைகளாக இருப்பவை, ஆகமங்களும், உபநிடதங்களும். வேதாகமங்கள் இந்து சமயத்தின் கருத்துக்களைத் தெளிவாக, குழப்பமோ அல்லது சந்தேகமோ இல்லாமல் எடுத்துக் கூறுகின்றன. இவையாவும் சுலோக வடிவில் இருப்பதனால் இவற்றையெல்லாம் சாதாரண மக்களால் எளிதாகக் கற்றறிய முடிவதில்லை.

இந்த நூல்களில் கூறப்பட்டுள்ள வாழ்க்கைக்குத் தேவையான கருத்துக்கள் பாமர மக்களுக்கும் பயன்பட வேண்டும் என்ற நல்ல நோக்கத்தில் உருவாக்கப்பட்டவைதான் புராணங்கள். வேதங்களிலும் ஆகமங்களிலும் சொல்லப்பட்ட உயர்ந்த கருத்துக்களைக் கதை வடிவத்தில் சொல்வதால் அதன் பயன் அதிகமாகிறது. எல்லோருக்கும் அந்தத் தகவல்கள் சென்றடைகின்றன.

வியாசர் படைத்த பதினெட்டு புராணங்களுக்கும் உபபுராணங்கள் உள்ளன. அவற்றுள் ஒன்று தான் விநாயகபுராணம். இதனைத் தமிழில் பாடியவர் கச்சியப்ப முனிவர்.

இந்த விநாயக புராணத்தை சிவபெருமான் பிரம்மாவுக்கு உபதேசிக்க அவர் வேதவியாசருக்கு உபதேசிக்க வேதவியாசர், பிருகுமுனிவருக்கு உபதேசித்தார். அவர் அதனை பல்லாயிரக்கணக்கான ஸ்லோகங்களாக சமஸ்கிருத மொழியில் பாடியருளினார். அதனை அடி ஒற்றிக் கச்சியப்பர் தமிழில் பாடிக் கொடுத்தார்.

விநாயக புராணத்தில் விநாயகரது மகத்துவம் பலவும் கூறப்பட்டுள்ளது. அவரது முழுமுதல் தன்மை, சிருஷ்டி ஆற்றல், அவரது தலைமைப் பண்புகள், பக்தர்களைக் காக்கும் கருணை, எதிரிகளைத் தண்டிப்பதோடு ரட்சிக்கும் பெருந்தன்மை, பகைவருக்கு அருள்செய்யும் பண்பு, இன்னும் மனித குலத்தின் மேன்மைக்காக அவர் செய்த திருவிளையாடல்கள் பலவும் இதில் சுவையோடு தொகுக்கப்பட்டுள்ளன.

புராணங்கள் மிகவும் நீண்டவை. அவற்றை முழுமையாக வாசித்து அறிந்து கொள்ள தற்போது எவருக்கும் நேரமோ பொறுமையோ

இல்லை. ஆகவே அப்புராணத்தை மிகவும் சுருங்கிய வடிவத்தில் எளிய உரைநடையில் எழுதி இருக்கிறேன்.

இந்த நூலை எழுதித்தருமாறு அன்போடு வேண்டுகோள் விடுத்தவர் அருமை நண்பர், சங்கர் பதிப்பக திரு. கோமதிநாயகம் அவர்கள். அவர் மிக விரைவாக இந்த நூலை வெளிக் கொண்டு வந்து விட்டார். அவருக்கு எனது நன்றி. நான் எழுதிய திருவிளையாடல் புராணத்தை அவர் வெளியிட்டுள்ளார்.

புராண வரிசையில் நான் எழுதிய ஸ்ரீ சிவபுராணம் எனது 150 ஆவது நூலாக ஏற்கெனவே வந்துவிட்டது. இப்போது விநாயக புராணம் வருகிறது. இதைத் தொடர்ந்து மற்ற புராணங்கள் விரைவில் வெளிவர ஆனைமுகக் கடவுளை அனுதினமும் சிந்தையில் வைக்கிறேன்.

எனது புத்தகங்களை வாங்கிப் படித்து பாராட்டும் அன்பு வாசக உள்ளங்களுக்கு கோடானுகோடி நன்றிகள். அவர்கள் இந்த நூலையும் வாங்கிப் படித்து பயன்பெற வேண்டும் என்பதே எங்கள் விருப்பம். கரூரைச் சேர்ந்த சகோதரி திருமதி குணசுந்தரி மயிலோன் அவர்கள் எனது அத்தனை புத்தகங்களையும் வாங்கிப் படித்துப் பாராட்டும் உன்னத குணம் கொண்டவர். அவர் பூரண ஆரோக்கியம் பெற்று நலமுடன் வாழ குருநாதர் ஸ்ரீ அகல்கோட் சுவாமிகளைத் தினமும் வேண்டுகிறேன். அவருக்கும் அவரது குடும்பத்தினருக்கும் எனது மனமார்ந்த நன்றிகளைத் தெரிவித்துக் கொள்கிறேன்.

நூல் எழுதும் இந்தப் பணியில் நான் முழு மூச்சோடு ஈடுபட உதவும் எனது குடும்பத்தினருக்கு நன்றியைத் தெரிவித்துக் கொள்கிறேன். விநாயக புராணத்தைப் படிக்கும் அத்தனை நல்ல உள்ளங்களும், அனைத்து வளங்களையும் பெற்று, நிறைவான வாழ்க்கை வாழ, காஞ்சி காமகோடி ஸ்ரீ மகா பெரியவா பாதம் பணிகிறேன்.

அன்பன்

வேணுசீனிவாசன்

புராணம் பிறந்தது

சத்திய லோகத்தில் பிரம்மா வீற்றிருந்தார். அவரைத் தேடி மகா தபஸ்வியான சௌனகர் சக முனிவர்களோடு அங்கே வந்து பிரம்மனைப் பணிந்தார். பிறகு முனிவர் பிரம்மதேவனைப் பார்த்து ஐயனே! மண்ணுலக நன்மையின் பொருட்டு மிகப் பெரிய யாகம் நடத்த எண்ணியிருக்கிறோம். அதற்கு தக்கதொரு இடத்தைத் தாங்களே தேர்வுசெய்து தரவேண்டும் என்று விண்ணப்பித்தார்.

அவர்களது பணிவான பேச்சைக் கேட்டு மகிழ்ந்த பிரம்மன், முனிவர்களே! உங்கள் எண்ணம் உயர்வானது. உலகம் தழைக்க நீங்கள் செய்யப்போகும் வேள்விக்கு ஏற்றதோர் இடத்தினை பூவுலகத்தில் இப்போதே உங்களுக்குக் காண்பிக்கிறேன் என்று சொல்லி ஒரு தர்ப்பைப் புல்லை எடுத்து அதை வட்டமாக்கி உருட்டிவிட்டார். சக்கரம் உருளுவதைப் போல அது உருண்டு சென்றது. இந்தச் சக்கரம் எந்த இடத்தில் நிற்கிறதோ அதுவே நீங்கள் யாகம் செய்யத் தகுந்த இடம் என்றார்.

முனிவர்கள் பிரம்மனை வணங்கி சக்கரத்தைப் பின்தொடர்ந்தனர். அது பல இடங்களைக் கடந்து சென்று ஒரு அடர்ந்த காட்டில் தங்கியது. அந்த இடத்தில் முனிவர்கள் யாகம் செய்யத் தேவையான ஏற்பாடுகளை விரைவாகத் தொடங்கினர். அந்த வனமே நைமிசவனம் எனப்பட்டது. நேமி என்றால் சக்கரம், ஆரண்யம் என்றால் வனம்.

யாகத்தை முனிவர்கள் தொடங்கிய நேரத்தில் கல்வி கேள்விகளில் சிறந்தவரான சூதமா முனிவர் தமது சீடர்கள் புடைசூழ வருகை தந்தார். அவரை மற்ற முனிவர்கள் முகமலர வரவேற்று தகுந்த ஆசனம் கொடுத்து உபசாரம் செய்தனர். அவரைப் பார்த்து முனிவர்கள், தவ சிரேஷ்டரே இந்த யாகம் நடைபெறும் சமயத்தில் நீங்கள் வந்தது எங்கள் பாக்கியமே. உங்கள் மேற்பார்வையில் இந்த யாகத்தை நடத்த ஆசைப்படுகிறோம். அதோடு இந்த யாகம் நிறைவடைய பன்னிரண்டு ஆண்டுகள் ஆகும். அதுவரையில் அனைவருடைய மனமும் உயர்ந்த எண்ணத்தில் சஞ்சரிக்கும் விதமாக புராணம் ஒன்றைக் கூறி அருள வேண்டும் என்று வேண்டினர்.

அன்போடு அவர்களுக்கு ஆசி வழங்கிய சூதமாமுனிவர், பதினெட்டுப் புராணங்களுக்கும் பதினெட்டு உபபுராணங்கள் இருப்பதை நீங்கள் அறிந்திருப்பீர்கள். அந்தப் பதினெட்டில் மிகவும் உயர்ந்தது பார்கவ புராணம். இது மூலப்பொருளாக விளங்கும் மூஷிக வாகனராகிய விநாயகரைப் பற்றிச் சொல்வது.

இது பிருகு முனிவரின் பெயரால் பார்கவ புராணம் என அழைக்கப்படுகிறது. இது உபாசனா காண்டம், லீலாகாண்டம் என இரண்டு பெரும் பிரிவுகளைக் கொண்டது. விநாயகரை மற்ற தேவர்களும், ஏன் மும்மூர்த்திகளும்கூட பூஜித்து பலன் பெற்ற விவரங்களைச் சொல்வது உபாசனா காண்டம்.

மகாகணபதி தனது பக்தர்களைக் காக்கவும், தனது ஆற்றலைத் தெரியப்படுத்தவும் செய்த லீலைகள் இரண்டாவதான லீலா காண்டத்தில் விவரிக்கப்பட்டுள்ளன. எந்தச் செயலைத் தொடங்கினாலும் அது தடையின்றி முடிவதற்காக விநாயகரைத் தொழுது ஆரம்பிக்க வேண்டும். அப்படிப்பட்ட விக்கினவிநாயகரின் லீலைகளை இப்போது உங்களுக்குச் சொல்கிறேன் என்று சூதமா முனிவர் விநாயகப் புராணத்தை நைமிசாரண்ய முனிவர்களுக்குச் சொல்ல ஆரம்பித்தார்.

❊❊❊

நூலின் உள்ளே

1. சோமகாந்தன் ஏன் பிறந்தான்? 9
2. காமாந்தன் கட்டிய கோயில் 12
3. விநாயகரை மறந்த வியாச முனிவர் 16
4. விஸ்வரூபம் காண்பித்த விநாயகர் 19
5. கலியாண விநாயகர் 22
6. மது கைடபர் வதம் 24
7. கவலை மாற்றிய கணபதிராயன் 26
8. வல்லாளனுக்கு அருளிய விநாயகர் 30
9. ஆனை வந்தது அரசு தந்தது 34
10. முனிபத்தினி கொடுத்த சாபம் 36
11. அகலிகை மீது ஆசைவைத்த அமரர்கோன் 39
12. நீ முனிவரின் மகனா? 43
13. திரிபுரங்களை எரித்த விரிசடையோன் 46
14. அம்பிகை பூசித்த ஐங்கரன் 51
15. அனங்கனுக்கு அருள் செய்த ஆனைமுகன் 56
16. ஆயிரம் பிளவும், ஆயிரம் தலைகளும் 60
17. ஆனையின் பசிக்கு அருகம்புல்லா? 62
18. வன்னியிலையின் வல்லமை 66
19. வன்னி இலையால் அர்ச்சித்தால் அபாரபலன் 68
20. மண்ணில் இறங்கிய இந்திர விமானம் 71
21. காகமாக வந்தார் காவிரியைத் தந்தார் 74

22. சிந்தாமணி விநாயகர் 77
23. சிந்தூரக் கணபதி 85
24. மூஷிக வாகனம் வந்த கதை 92
25. மயில்வாகனராகிய வேழமுகன் 97
26. விநாயகரின் திருவிளையாடல்கள் 102
27. சிந்துராஜ சம்ஹாரம் 108
28. கஜமுகனை வதைத்த கணேசர் 113
29. இந்திரனின் கர்வ பங்கம் 117
30. மகோற்கடரின் திருவிளையாடல்கள் 124
31. அரக்கர்களை அழித்த ஆனைமுகன் 128
32. நாராந்தகன் வதம் 132
33. யாகத்தில் தோன்றிய கருப்புக் குதிரை 135
34. வேடம் மாறிய விஷ்ணு 138
35. ஜோதிடராக வந்த விநாயகர் 141
36. விநோதமான வரமும் வல்லபை திருமணமும் 144
37. சோமகாந்தனால் முக்தி பெற்ற நகர மக்கள் 148
38. ஸ்ரீ விநாயக புராணம் கேட்பதால் ஏற்படும் பலன்கள் 150

1. சோமகாந்தன் ஏன் பிறந்தான்?

சௌராஷ்டிர நாட்டின் தேவநகர் என்ற பட்டினத்தை சோமகாந்தன் என்ற மன்னன் ஆண்டு வந்தான். அவனது மனைவி சுதன்மை அழகும், அறிவும், பக்தியும் நிரம்பிய பெண். அவர்களுக்கு ஏமகண்டன் என்ற மகன் பிறந்தான், அவனை சீரோடும் சிறப்போடும் பெற்றோர் வளர்த்தனர்.

மக்களின் குறைகளை அறிந்து அவைகளை உடனுக்குடன் நீக்கி நல்லாட்சி நடத்தி வந்த சோமகாந்தன் வாழ்வில் புயலாகக் குறுக்கிட்டது தொழுநோய். முன் வினைப்பயனால் அவனுக்கு வந்த நோயின் தீவிரம் நாளுக்கு நாள் அதிகமாகியது. அரண்மனை மருத்துவர்கள் அளித்த எந்த சிகிச்சைக்கும் நோய் கட்டுப்படவில்லை. மனம் வருந்திய மன்னன் இனிமேல் நான் நாட்டை ஆள விரும்பவில்லை என்று மந்திரிகளைக் கூட்டி அறிவித்தான். தன் மகனுக்குப் பட்டம் சூட்டினான், மனைவியோடு கானகம் சென்று தவத்தில் ஈடுபட முடிவு செய்தான்.

காட்டிற்கு வந்த தம்பதிகள் இருவரும் ஒருநாள் குளக்கரையில் இருந்தபோது பிரகாசமான முகத்தோடு அங்கே வந்தான் ஒரு வாலிபன். அவன் அவர்களைப் பார்த்து அம்மா நீங்கள் யார்? என்று அன்போடு கேட்டான்.

அவர்கள் தங்களைப் பற்றி சுருக்கமாகத் தெரிவித்தனர். பிறகு நீ யாரப்பா? என்று கேட்டனர். அம்மா நான் பிருகு முனிவரின் மகன், என் தாயின் பெயர் புலோமை, என் பெயர் சிவனன். எங்கள் ஆசிரமம் பக்கத்தில்தான் இருக்கிறது. அங்கே வந்து தங்கிக் கொள்ளுங்கள். என் தந்தை உங்கள் துயரம் தீர்வதற்கு வழி காட்டுவார் என்று சொல்லி அவர்களைத் தனது ஆசிரமத்திற்கு அழைத்துச் சென்றான்.

சோமகாந்தனை வரவேற்ற பிருகு முனிவர் தனது ஞான திருஷ்டியின் மூலமாக அவனது தொழுநோய்க்குக் காரணம் அவனைப் பிடித்திருந்த பிரம்மஹத்தி தோஷமே என்பதை அறிந்தார். அவன் மீது புனித நீரைத் தெளித்தார், இதுநாள் வரையில் அவனைப் பிடித்திருந்த பிரம்மஹத்தி வெளியே வந்தது.

முனிவரே இவன் போன ஜென்மத்தில் பிராமணன் ஒருவனைக் கொன்று விட்டான். அந்தத் தோஷமே பிரம்மஹத்தியாகி இவனைப் பிடித்தது, நான் இவனை விட்டுப் போகமாட்டேன் என்றது பூதம்.

சரி உன் பிரச்சனையைத் தீர்த்து வைக்கிறேன்; அதுவரையில் கொஞ்சம் பொறுமையாக இரு என்ற முனிவர், அதை அருகே இருந்த பெரிய மரத்தின் பொந்தில் குடியேறுமாறு கட்டளையிட்டார். அது அப்படியே செய்தது, பிறகு முனிவர் அந்த மரத்தை நெருப்பு வைத்து பொசுக்கி விட்டார்.

பிரம்மஹத்தி உருவம் அதில் எரிய சாபம் நீங்கிய அது திவ்ய சரீரம் பெற்று முனிவரை வணங்கி விடைபெற்று விண்ணில் மறைந்தது. இந்தக் காட்சியைப் பார்த்து அளவில்லா ஆனந்தம் அடைந்தான் மன்னன் சோமகாந்தன். ஐயோ இந்தப் பூதமா இதுவரையில் என் உடலில் வசித்தது என்று நினைத்து அதிர்ச்சியும் அடைந்தான்.

அவனைப் பார்த்த முனிவர், சோமகாந்தா பயப்படாதே! உனது பிரம்ஹத்தி தோஷம் நீங்கி விட்டது. இருந்தாலும் உன்னைப் பிடித்திருக்கும் தொழுநோய் அகல வேண்டுமானால் முன்வினைப் பயன் நீங்க வேண்டும். அதற்கு நீ எல்லாம் வல்ல விநாயகப் பெருமானை முறைப்படி பூஜிக்க வேண்டும் என்றார்.

சோமகாந்தனும், சுதன்மையும் அவரது பாதங்களில் விழுந்து பணிந்தனர். தவசிரேஷ்டரே என்னைப் பிடித்த பிரம்மஹத்தி தோஷத்தை

ஒரு நொடியில் போக்கிய கண்கண்ட தெய்வமே! இந்த நோய் வந்தது கூட நல்லதுக்குத்தான்; இல்லாவிட்டால் நான் ஏன் காட்டுக்கு வருகிறேன்? தங்களைச் சந்திக்கிறேன்? கெட்டதிலும் ஒரு நன்மை இருக்கும் என்பதை இப்போது புரிந்து கொண்டேன் என்று சொல்லி கண்ணீர் விட்டான் சோமகாந்தன். தாங்களே வழிகாட்ட வேண்டும் என்று சொல்லி மகாராணி சுதன்மையும் அவரைக் கண்ணீரோடு பணிந்தாள்.

அவர்களைத் தேற்றிய முனிவர், சோமகாந்தா! முற்பிறவியில் நீ யார் என்பதை அறிந்து கொள், அப்போது தான் உன்னை ஏன் பிரம்மஹத்தி தோஷம் பிடித்தது, இந்தத் தொழுநோய் ஏன் தாக்கியது என்பதை அறியமுடியும் என்ற முனிவர் அந்த விருத்தாந்தத்தைச் சொன்னார்.

❀❀❀

2. காமாந்தன் கட்டிய கோயில்

விந்திய மலைக்கு அருகில் இருந்த கொல்வம் என்ற நகரத்தில் பெரிய வியாபாரி ஒருவன் இருந்தான். அவன் பெயர் சித்ரூபன் என்பது. அவன் தனது மனைவி சுலோச்சனையோடு இனிய இல்லறம் நடத்தினான். அதன் பயனாக ஒரு மகன் பிறந்தான், அவனுக்கு காமந்தன் என்று பெயரிட்டு பாசத்தோடு வளர்த்தனர். மகனுக்கு திருமண வயது வந்ததும் குடும்பினி என்ற பெண்ணை அவனுக்கு மணமுடித்து வைத்தனர். காமந்தனுக்கும், குடும்பினிக்கும் ஏழு ஆண்மக்களும், ஏழு பெண்மக்களும் பிறந்தனர்.

ஆண்டுகள் உருண்டன. காமந்தனின் பெற்றோர் ஒருவர் பின்ஒருவராக இறைவனடி சேர்ந்தனர். அவனைக் கட்டுப்படுத்த பெரியவர்கள் யாரும் இல்லை. ஆகவே கட்டுத்தறியை அறுத்துச்செல்லும் காளைமாடு போல காமாந்தன், வேசையர் வீடே கதியெனக் கிடந்தான். வியாபாரத்தை மறந்தான், குடியிலும், பெண் மோகத்திலும் திளைத்தான். பெருஞ்செல்வத்தை இழந்தான். வறுமை அவர்களை நான்கு புறத்திலும் சூழ்ந்து கொண்டது.

அதனால் வழிப்பறியில் ஈடுபட்டு பொருள் திரட்டினான். ஒருமுறை தனியே வந்த கணவர்த்தனன் என்ற பிராமணனைக் கொன்றான். அதனால் பிரம்மஹத்தி தோஷம் அவனைப் பற்றிக் கொண்டது.

நோய்கள் உடலைப் பற்றிக் கொண்டு கொழுத்து வளர்ந்தன. எந்த சிகிச்சைக்கும் கட்டுப்பட மறுத்தன.

பொருள் இருக்கும் போது ஆசை வார்த்தை பேசிய வேசியர் அவன் உடலை நோய்கள் மொய்த்ததும் வெறுத்தனர், தனியே ஒரு குடிசையில் கிடந்தான். அவன் கொள்ளை அடித்துச் சேர்த்த பொருட்கள் கிடந்தன. ஆனாலும் உதவிக்கு ஒருவரும் இல்லை. அப்போது மனைவியின் நினைவு வந்தது. இந்த நிலையில் அவள் ஒருத்தியே எனக்கு உதவக் கூடியவள் என்ற எண்ணத்தோடு ஒரு ஆளிடம் விவரம் சொல்லி மனைவியை அழைத்துவரச் சொன்னான். இத்தனை நாட்கள் எங்களை நினைத்துப் பார்க்காத ஒருவனை நாங்கள் மறந்து விட்டோம். என்னால் வரமுடியாது என்று மறுத்து விட்டாள் அவன் மனைவி.

இதனால் மனம் நொந்துபோன காமாந்தன் நோயின் உபாதை தாங்க முடியாமல் தினமும் தவித்தான், இறந்து விடலாமா என்று நினைத்தான். தான தர்மங்கள் செய்தால் நோய் நீங்கும் என்று கருதி அதற்கான தருணத்தை எதிர்பார்த்திருந்தான்.

இப்படியிருக்கும் போது ஏழைப்பிராமணன் ஒருவன் அவ்விடம் வந்தான். அவனிடம் நல்லவார்த்தைகள் கூறி உபசரித்த காமாந்தன், இன்னும் பலரையும் அழைத்துவா எனது பொருட்களைத் தானம் தர விரும்புகிறேன் என்று ஆசை காட்டினான்.

உடனே அந்தப் பிராமணன் ஊருக்குள் சென்று ஏழை அந்தணர்கள் பலரை அழைத்து வந்தான். அதில் ஒருவர் காமாந்தனை அடையாளம் தெரிந்து கொண்டார். அடே பாதகா இன்னுமா நீ உயிரோடு இருக்கிறாய். நீ செய்த பாவங்கள் கொஞ்சமா நஞ்சமா? கட்டிய மனைவியைக் கைவிட்டாய், குழந்தைகளைப் பராமரிக்க மறந்தாய், வேசையர் மடியிலேயே கிடந்தாய், கொள்ளை அடித்தாய், பிராமணனைக் கொன்றாய், இப்போது நீ கொள்ளை அடித்த பாவப்பொருட்களை எங்களுக்குத் தானம் செய்ய விரும்புகிறாய். இந்தத் தானத்தை நாங்கள் ஏற்றால் உனது பிரம்மஹத்தி தோஷத்திலும் பாதியை ஏற்க வேண்டி இருக்கும். உன்னைச் சுற்றிய பழியும் பாவமும் எங்களுக்கு வந்து விடும். வேண்டவே வேண்டாம், என்று சொல்லி மற்றவர்களையும் அழைத்துக் கொண்டு தானம் வாங்காமல் சென்று விட்டார்.

அவர்கள் போகும் நேரத்தில் துடியாய் துடித்த காமாந்தன், பெரியோர்களே எனக்குப் பாவ விமோசனமே இல்லையா? வழிகாட்டுங்கள் என்று கதறினான். அதைக் கேட்டு மனம் இரங்கிய பெரியவர் ஒருவர், இந்தக் காட்டில் விநாயகர் ஆலயம் ஒன்று பழுதடைந்து இருக்கிறது. அதை புதிப்பித்துக் கட்டி வழிபாடுகள் நடக்க ஏற்பாடுகள் செய்; அதனால் உனது பாவங்கள் குறையும் என்று ஆலோசனை கூறினார்.

அவனும் அப்படியே செய்து, பிற்காலத்தில் அந்தக் கோயிலிலேயே தங்கிக் காலத்தைக் கழித்து இறந்து போனான். அவனை யமதூதர்கள் கொண்டு சென்று யமதர்மராஜன் முன்னால் நிறுத்தினர். அவனது கர்மவினைக் கணக்குகளை சித்திரபுத்தன் வாசித்தார். உடனே யமதர்மன், அவனைப் பார்த்து காமாந்தா! நீ பாவகாரியங்களை அதிகமாகச் செய்திருக்கிறாய். இருந்தாலும் மனம் மாறி விநாயகருக்கு ஆலயம் கட்டி வழிபாடு நடத்தி இருக்கிறாய். அதனால் உனது தீமைகள் பெருமளவு தீர்ந்து விட்டன. என்றாலும் நீ செய்த பாவங்களுக்கான பயனை அனுபவித்தே தீர்க்க வேண்டும். அதை உனது விருப்பப்படி அனுபவிக்கலாம் என்றான்.

அதைக் கேட்ட காமாந்தன், ஐயா நான் புண்ணியத்தின் பலனை முதலில் அனுபவிக்க விரும்புகிறேன் என்றான். உடனே யமதருமன், உனது அடுத்த பிறவியின் முன்பகுதியில் அரச போகம் அனுபவிப்பாய் பிற்பகுதியில் தீவினைகளுக்கான பயன்களை அனுபவிப்பாய் என்று சொல்லி அனுப்பினான்.

அந்தக் காமாந்தன் தான் நீ. இப்போது புரிகிறதா உன் முன்வினைப் பயன் என்ன என்பது? நீ செய்த நல்வினைப் பயன்கள் முடிவடைந்ததும் நோய்கள் உன்னைத் தாக்கின, பிரம்மஹத்தி தோஷம் விடாமல் துரத்தியது. நல்வினைப் பயனால் நீ இங்கே வந்திருக்கிறாய் என்று பிருகு முனிவர் சோமாந்தனுக்கு முற்பிறவி உண்மைகளை உணர்த்தினார்.

அவரைப் பணிந்து வணங்கிய சோமகாந்தன், முனிவர் பெருமானே! விநாயகப் பெருமானின் கடாட்சம் பெற்றால்தான் நோய் நீங்கும் என்று சொன்னீர்கள். ஆகவே விநாயகரது சரித்திரத்தைக் காதுகுளிரக் கேட்க ஆசைப்படுகிறேன் தாங்களே சொல்லி அருள வேண்டும் என வேண்டினான்.

பிருகு முனிவர், சோமகாந்தா விநாயகரது திவ்ய சரித்திரத்தை நான்முகனுக்கு ஒருநாள் கைலாசநாதனாகிய அந்த சிவபெருமானே உபதேசித்தார். நான்முகன் அதை வேதவியாசருக்குக் கூறினார். வேதவியாசர் அதை எனக்குக் கற்றுத் தந்தார். அதை இப்போது உங்களுக்குச் சொல்கிறேன். இந்த உபதேசத்தைக் கேட்டாலே போதும் உன்னைப் பிடித்து வேதனை செய்யும் நோய் குணமாகும் என்ற முனிவர் அதனை சோமகாந்தனுக்கும் அவனது மனைவிக்கும் சொல்ல ஆரம்பித்தார்.

❀❀❀

3. விநாயகரை மறந்த வியாச முனிவர்

முன்னொரு சமயம் பூவுலகத்தில் மக்கள் தர்ம வழியை விட்டு அதர்ம வழியில் நடக்க ஆரம்பித்தனர். வேதம் ஓதுவது குறைந்தது, ஒழுக்கமும் தர்மமும் இல்லாமல் மக்கள் விலங்குகளைப் போல ஒருவரை ஒருவர் அடித்துக்கொண்டு வாழ்வதைக் கண்ட மகாவிஷ்ணுவும், பிரம்மனும் நேராக கைலாயம் சென்று இதுகுறித்து மகேஸ்வரனிடம் முறையிட்டனர்.

சிவபெருமான் உலகை நல்வழிப்படுத்தும் பொறுப்பை நீரே மேற்கொள்ளும் என மகாவிஷ்ணுவிடம் கூறினார். நீரே மண்ணுலகில் வியாச முனிவராகப் பிறப்பெடுத்து, பலவாறு பிரிந்து கிடக்கும் வேதங்களைத் திரட்டி நான்காக வகுத்துக் கொடுங்கள், இது தவிர சனத்குமாரரிடம் இருந்து பதினெட்டு புராணங்களையும் கற்று அவற்றை மக்களுக்கு எளிய வழியில் எழுதிக் கொடுங்கள் என்று ஆலோசனை கூறி அனுப்பி வைத்தார்.

மகாவிஷ்ணு இந்த மண்ணுலகத்தில் பிறக்க தகுந்த நேரம் பார்த்துக் கொண்டிருந்தார். கங்கைக் கரையில் வசித்த பராசர முனிவர் ஒருநாள் கங்கையைக் கடந்து மறுகரைக்குச் செல்ல விரும்பினார். அங்கே மச்சகந்தி என்ற மீனவமங்கை படகோட்டிக் கொண்டிருந்தாள். அவளது படகில் ஏறிய பராசரர் அவளது இளமையிலும் அழகிலும் தன்

மனதைப் பறிகொடுத்தார். ஒரு குறிப்பிட்ட நேரத்தில் தனக்கொரு மகன் பிறந்தால் அவன் ஞானக் களஞ்சியமாக விளங்குவான், உலக நன்மையின் பொருட்டு பல நூல்களைப் படைப்பான் என்பதை ஞான திருஷ்டியினால் அறிந்தார்.

இந்த விவரத்தை அந்தப் பெண்ணிடம் தெரிவித்து, உனக்கு ஒரு மகன் பெற்றுக் கொள்ள விருப்பமா? என்று கேட்க முனிவரின் கோரிக்கையை அவள் ஏற்றுக் கொண்டு இடம் கொடுத்தாள். தகுந்த சந்தர்ப்பத்தை எதிர்பார்த்திருந்த மகாவிஷ்ணு அவளது கர்ப்பத்தில் மாய உருவில் தண்டம் கமண்டலத்துடன் குழந்தையாக அவதாரம் செய்தார். பரம சிவனின் பெருங்கருணையினால் அக்குழந்தை கற்க வேண்டிய அனைத்து சாஸ்திரங்களையும் எளிதாக இளவயதிலேயே கற்றுத் தேர்ந்தான். பெற்றோரிடம் விடைபெற்று தவம் செய்ய பத்ரிகாசிரமம் போய்விட்டான்.

அங்கே சென்று வேதசாஸ்திரங்களை முனிவரிடம் கேட்டு அறிந்து கொண்டான். தானே அவற்றின் பொருள் நுட்பங்களை யாரும் உணர்த்தாமலேயே அறிந்து கொண்டான். பலவாறாகப் பிரிந்து கிடந்த வேதங்களை ஒன்று சேர்த்து அவற்றை, நான்கு பகுதிகளாகப் பிரித்து ரிக், யஜூர், சாம, அதர்வணம் என்ற பெயரில் தொகுத்து சீடர்களுக்கு உபதேசித்தான். அது முதல் அவன் வேதவியாசர் என்ற பெயரில் அழைக்கப்பட்டார்.

பிறகு சனத்குமாரர்களை அடைந்து அவர்களிடமிருந்து பதினெட்டு புராணங்களை உபதேசம் பெற்றார். பிறகு அவற்றை அனைவரும் புரிந்து கொள்ளும் விதத்தில் எளிமையான சுலோகங்களாக்க முயன்றார். ஆனால் எத்தனை முயன்றும் கோர்வையாக பாடல்கள் அமையவில்லை. மனத்தில் இருப்பது வெளியே வராமல் எதுவோ தடுத்தது. தடுமாறிய வியாசர் என்ன செய்வது என்று அறியாமல் பிரம்மதேவனைச் சந்தித்து நடந்தவற்றைத் தெரிவித்தார்.

சகல சாஸ்திரங்களையும் அறிந்த நீ பிரணவப் பொருளாக விளங்கும் விநாயகப் பெருமானை மறந்து விட்டாய். சாட்சாத் சர்வேஸ்வரன் கூட வேதுமோதுவதற்கு முன்னால் பிரணவ மந்திரத்தை உச்சாடனம் செய்கிறார். மும்மூர்த்திகளும் கூட அவரை வணங்காமல் எந்தக் காரியத்தையும் செய்வதில்லை, ஆகவே அவரைத் தியானித்து அவரது பரிபூரண அருளைப் பெற்று உனது காரியத்தைப் பூர்த்தி செய் என அறிவுரை கூறினார் பிரம்மா.

ஐயனே இப்போது எனது தவற்றைப் புரிந்து கொண்டேன், தயவு செய்து விநாயகரின் லீலா விநோதங்களை எனக்குச் சொல்லுங்கள் அவற்றைக் கேட்பதற்கு நான் மிகவும் ஆவலாக இருக்கிறேன் என்றார் வியாசர்.

வேதவியாசா கேள்! உனது விருப்பப்படியே கஜானனரின் பற்பல திருவிளையாடல்களையும் அவரைத் தொழுது தங்கள் துன்பங்களை நீக்கிக் கொண்டவர்களின் சரிதத்தையும் உனக்குச் சொல்கிறேன் என்று பிரம்மா சொல்ல ஆரம்பித்தார்.

❊❊❊

4. விஸ்வரூபம் காண்பித்த விநாயகர்

ஒரு சமயம் மகா பிரளயத்தின்போது நூறு வருட காலத்திற்கு சப்த மேகங்களும் மழையைப் பொழிந்து தள்ளின. எங்கும் ஜலப்பிரவாகம். சப்த லோகங்களும் அழிந்தன, இந்திரன் முதலான தேவர்கள் மறைந்தனர், பிரம்மா விஷ்ணு ருத்திரன் ஆகிய மூவரும் தங்களுக்குள் ஐக்கியமாகிவிட்டனர். இந்தச் சமயத்தில் ஆதிப்பரம்பொருளான விநாயகர் வக்ரதுண்டராகத் தோன்றினார்.

கோடி சூர்யப்பிரகாசம் கொண்ட நவரத்தின கிரீடத்தை அவர் தலையில் அணிந்திருந்தார். நான்கு கரங்களும் நீண்ட தும்பிக்கையும் கொண்டு அவர் பொன்மயமான ஆபரணங்கள் அணிந்து காட்சி தந்தார்.

முதலில் அவர் அண்ட சராசரங்களை உண்டாக்கி மும்மூர்த்தி களையும் தோற்றுவித்தார். அவர்கள் அப்பரம் பொருளைப் பார்க்க ஆசை கொண்டனர். ஆயிரம் வருடங்கள் கடுமையான தவம் செய்த பிறகு வக்கிரதுண்டர் அவர்களுக்கு விஸ்வரூப தரிசனம் கொடுத்தார். பிறகு அவர்களைப் பார்த்து இனிமேல் உங்களுக்கு உண்டான காரியங்களைச் சிறப்பாக நடத்தி வாருங்கள் என ஆணையிட்டார்.

விநாயகரின் சொற்படி பிரம்மதேவர் படைப்புத்தொழிலை ஆரம்பித்தார். உயிர்களைப் படைத்தார். ஆனால் அவைகள் லட்சணத்தோடு அமையவில்லை. அவர் மனதில் நினைத்தது ஒன்றாகவும் ஆனால் சிருஷ்டிப்பது வேறாகவும் இருந்தது. மனம் குழம்பிய பிரம்மா தன் மனதில் விநாயகப்பெருமானை இருத்தி தியானம் செய்தார்.

அப்போது அவர் மனத்திரையில் ஒரு காட்சி ஓடியது. மிகப்பெரிய சமுத்திரத்தில் அலையின் மேல் பழுத்த இலை ஒன்று தெரிந்தது. அதன் மீது ஒரு அழகான ஆண்குழந்தை படுத்திருந்தது. நித்திரையில் இருந்த அந்தக் குழந்தையை பிரம்மதேவர் எழுப்பினார். அது யானைமுகத்தோடு அவருக்குக் காட்சி தந்தது. நான்முகன் உடனே தனக்கு சிருஷ்டியில் ஏற்பட்ட தடையைக் குறித்து தெரிவித்தார்.

எந்த வேலையைத் தொடங்குவதாக இருந்தாலும் வினைகள் தீர்க்கும் விநாயகரை வணங்க வேண்டும். அவரை மறந்து சிருஷ்டித் தொழிலில் ஈடுபட்டதால் இந்தத் தடங்கல் ஏற்பட்டது என்று சொல்லி அந்தக் குழந்தை மறைந்தது.

பிரம்மா தன் தவறை உணர்ந்து தாமரைப்பூவில் ஒற்றைக்காலில் நின்று பன்னிரண்டு வருடங்கள் கடுமையான தவம் செய்தார். முடிவில் விநாயகப்பெருமான் தரிசனம் தந்தார், அவரைப் பார்த்து பிரம்மா ஐயனே எனக்கு இட்ட சிருஷ்டிப் பணியை சரிவர நிறைவேற்றத் தேவையான சக்திகளை அருள வேண்டும் என்று வேண்டினார்.

உடனே விநாயகப் பெருமான் தன்னிடம் உள்ள ஞானம், கிரியை இரண்டு சக்திகளை அவருக்கு அளித்து, இவற்றைப் பக்தியோடு தொழுது உன் படைப்பைத் தொடங்கு என்றார். நான்முகன் அவர்களைத் தியானிக்க ஞானம், கிரியை ஆகிய இருவரும் இரண்டு பெண்களாக உருமாறி அவரிடம் வந்தனர். பிரம்மன் அவர்களைத் தனது மகள்களாக ஏற்றுக் கொண்டார். முதலில் ஏழு மைந்தர்களை மானசீகமாகத் தோற்றுவித்து அவர்களை ஏழு லோகங்களைப் படைக்குமாறு கூறினார்.

அவர்களோ அதை விரும்பாமல் பகவானின் பாதாரவிந்தங்களை அடையும் நோக்கத்தில் தவம் செய்யச் சென்று விட்டனர். இதனால் பிரம்மா அடுத்து ஏழு பிள்ளைகளை படைக்க அவர்களும் தவத்தில் ஈடுபட்டனர். பிறகு பிரம்மா நான்கு சனகாதி முனிவர்களையும்

நாரதரையும் தோற்றுவித்தார். அதன் பின்னர் பிரம்மாவின் முகத்தில் இருந்து அந்தணர்களும், தோள்களில் இருந்து வீரம் மிகுந்த க்ஷத்திரியர்களும், தொடையில் இருந்து வைசியர்களும், கால்களில் இருந்து இதர வருணத்தினரும் தோன்றினர்.

பிரம்மாவின் எண்ணத்தில் இருந்து சந்திரனும், கண்களில் இருந்து சூரியனும், மூக்கில் இருந்து வாயுவும், முகத்தில் இருந்து இந்திரனும், திருமுடியில் இருந்து விண்ணுலகங்களும், பாதங்களில் இருந்து மண்ணுலகமும் தோன்றின. அவருடைய இரண்டு காதுகளில் இருந்து பிராணன் மருத்துக்கள் வெளிவந்தன. இவ்விதமாக விநாயகரின் ஆசி பெற்ற பிரம்மா அண்ட சராசரங்களையும், சகல விதமான ஜீவராசிகளையும் சிருஷ்டி செய்தார்.

***

5. கலியாண விநாயகர்

சிறிது காலத்தில் பிரம்மதேவனுடைய அன்பு மகள்களாக வளர்ந்த சித்தி, புத்தி ஆகிய இருவரும் வளர்ந்து திருமண வயதை அடைந்தனர். இளமையும் அழகும் மிகுந்த அவர்கள் இருவரையும் விநாயகப் பெருமானுக்குத் திருமணம் செய்து கொடுக்க நான்முகன் விரும்பினார். அவரது விருப்பத்தை அறிந்து கொண்ட நாரதர், இதுகுறித்து விநாயகரிடம் கலந்தாலோசிக்க கைலாயம் சென்றார்.

சபா மண்டபத்தில் வீற்றிருந்த கணபதி ராஜாவிடம் நாரதர் நாசுக்காக திருமண விஷயத்தை தெரிவித்தார். அவரும் தனது சம்மதத்தைத் தெரிவிக்க நாரதர் இந்தச் சுபச்செய்தியை பிரம்மனிடம் வந்து சொன்னார். அதோடு சித்தி புத்தி ஆகிய இரண்டு அழகிகளையும் சந்தித்து உங்களை மணப்பதற்கு கஜானன் விரைவில் வருவார் என்று சொல்லி அவர்களை வெட்கத்தில் ஆழ்த்தினார்.

நாரதர் வாக்கினைக் கேட்டு பெரிதும் மகிழ்ச்சி அடைந்த பிரம்மதேவன், உடனே புறப்பட்டு கைலாயம் சென்று முறைப்படி சிவபெருமானைத் தரிசித்து திருமணம் குறித்த தனது விருப்பத்தை பார்வதி பரமேஸ்வரர்களிடம் தெரிவித்து அனுமதி பெற்றார். திருமண நாள் குறிக்கப்பட்டது. பிரம்மன் நேராக வைகுந்தம்

சென்று விஷ்ணுவிடமும் மகாலட்சுமியிடமும் விநாயகரின் திருமணச் செய்தியைச் சொல்ல அவர்கள் பெருமகிழ்ச்சி அடைந்தனர்.

முழுமுதல் கடவுளான விநாயகப் பெருமான் திருமணம் என்றால் சாதாரணமா? ஈரேழு பதினான்கு லோகத்திற்கும் செய்தி தெரிவிக்கப்பட்டது. மூன்று உலகங்களிலும் தடபுடலாக ஏற்பாடுகள் நடந்தன. இந்திராதி தேவர்கள், கின்னர கிம்புருடர்கள், ரிஷிகள், சகலருக்கும் திருமண ஓலை அனுப்பப்பட்டது. அனைவரும் திருமண நாளில் சத்திய லோகத்தில் தேவசிற்பி விஸ்வகர்மாவினால் நிர்மாணிக்கப்பட்ட புதிய அழகான நகரத்தில் கூடினர்.

திருமண நாள் காலையில் புனித நீராடி வந்த விநாயகரை நந்தி தேவர் அலங்காரம் செய்தார். இடையிலே பட்டாடை, மார்பில் பலவகையான ஆபரணங்கள், காதுகளில் மகரகுண்டலங்கள், இடுப்பில் நாகபந்தம் ஆகியவை அசைந்தாட அழகு மிளிர புதுமாப்பிள்ளை இளமையான யானையைப் போல ஆடிஅசைந்து வந்தார். அவரது அழகு அனைவரையும் மயக்குவதாக இருந்தது.

பார்வதி பரமேஸ்வரனும், சிவகணங்களும், ரிஷிகளும் அவருடன் வந்தனர். மணப்பந்தலுக்கு வந்த விநாயகரை வாசலில் நின்ற சரஸ்வதி கங்கா ஜலம் கொண்டு அவரது பாதங்களைக் கழுவினாள். பிரம்மதேவன் பட்டாடை கொண்டு துடைத்தார். மகாவிஷ்ணு முகமன் கூறி அனைவரையும் வரவேற்றார்.

இதே நேரத்தில் இந்திராணியும், அனுசூயாவும் சித்தி, புத்தி ஆகிய இருவரையும் மங்கல நீராட்டி, அகிற்புகையூட்டி, வாசனைத் திரவியங்கள் பூசி, பட்டாடை அணிவித்து, நகைகளைச் சூட்டி, மலர்களாலும் மாலைகளாலும் அலங்காரம் செய்து மணப்பந்தலுக்கு அழைத்து வந்தனர்.

ரிஷிகள் வேதமந்திரங்களைச் சொல்ல, சரஸ்வதி கங்கா ஜலம் வார்க்க பிரம்மன் அதை வாங்கி தனது இரண்டு புத்திரிகளையும் விநாயகருக்குத் தாரை வார்த்துக் கன்னிகாதானம் செய்து கொடுத்தார். விநாயகர் இரண்டு பக்கத்திலும் சித்தி, புத்தி ஆகிய இரண்டு தேவியர் ஒயிலாக நிற்க அனைவருக்கும் தரிசனம் தந்து ஆசி வழங்க திருமணம் இனிதே நிறைவுபெற்றது.

6. மது கைடபர் வதம்

பாற்கடலில் பள்ளி கொண்டிருந்தார் யோகநாராயணன். அப்பொழுது அவரது காதுகளில் இருந்து மது கைடபர் என்ற இரண்டு அசுரர்கள் தோன்றினர். அவர்கள் இருவரும் அசகாய சூரர்களாக விளங்கியதோடு அனைத்துத் தேவர்களிடமும் வம்புச் சண்டைக்குச் சென்றனர். கண்ணில் படும் தேவர்களையும், ரிஷிகளையும். மக்களையும் கொன்று குவித்து ஆரவாரம் செய்தனர். அனைவரும் நடுநடுங்கினர், பிரம்மதேவனே தன் உருவை அசுரர்களுக்குத் தெரியாமல் மறைத்துக் கொண்டு விநாயகரை வழிபட்ட வண்ணம் இருந்தார்.

தேவர்கள் அனைவரும் ஒன்றுகூடி, வைகுந்தம் சென்று பாற்கடல் வாசனைத் தரிசித்து ஐயனே நீரே அந்த மதுகைடபரை வதம் செய்து தேவருலகத்தில் அமைதியையும் மகிழ்ச்சியையும் நிலைநாட்ட வேண்டும் என வேண்டினர்.

விஷ்ணு உடனே மதுகைடபர்களுடன் போரிட்டார். அவரது ஆயுதங்களை அசுரர்கள் மிக எளிதான முறையில் விலக்கினர். தங்கள் மாயாஜால வித்தைகளை காட்டி விஷ்ணுவைத் திணற அடித்தனர். நீண்ட காலம் போர் நடந்தது. வெற்றி கிடைக்கவில்லை. உடனே மாதவன் கைலாயம் சென்று நடந்தவற்றைத் தெரிவித்து சர்வேசா

என்னால் வெற்றி பெற முடியவில்லை என்ன காரணம்? என்று கேட்டார்.

நாராயணா! மது கைடபர்களுடன் யுத்தம் ஆரம்பிக்கும் முன்னால் நீ விக்கினங்களைப் போக்கும் விநாயகனை வழிபட மறந்தாய். அவனது அருள் இல்லாத காரணத்தினால் வெற்றி கிடைக்கவில்லை என்று சொன்ன சர்வேஸ்வரன், அப்போதே விநாயகப்பெருமானின் சடாட்சர மந்திரத்தை மகாவிஷ்ணுவுக்கு உபதேசித்தார்.

நாராயணன் அந்த மந்திரத்தை நூறு வருடங்கள் உச்சரித்து ஜெபம் செய்தார். முடிவில் விநாயகர் தோன்றி, மகாவிஷ்ணுவே! தங்களுக்கு சர்வேஸ்வரன் எனது சடாட்சர மந்திரத்தை உபதேசித்ததை நாம் அறிவோம். இனிமேல் நீங்கள் யுத்தத்திற்குச் செல்லும் போது எனது சடாட்சர மந்திரத்தைச் சொல்லி தொடங்க வேண்டும். அப்படிச் செய்தால் வெற்றி உமதே என்று அருளி மறைந்தார்.

தங்களிடம் இருந்து மாயையினால் மறைந்த மாதவன் மீண்டும் புதியவலிமை கொண்டு திரும்பி வந்தது கண்டு அசுரர்கள் வியப்படைந்தனர். மகாவிஷ்ணு தனது சார்ங்கம் என்ற வில்லை எடுத்து சரமாரியாக அவர்கள் மீது சரங்களை விடுத்தார். அசுரர்கள் அவற்றை அலட்சியமாக விலக்கி அட்டகாசமாகச் சிரித்தனர். உடனே விஷ்ணு விநாயகரின் சடாட்சர மந்திரத்தை உச்சாடனம் செய்து அவரை வணங்கி,தனது சக்கராயுதத்தை அவர்கள் மீது ஏவினார்.

அந்தத் தெய்வீகச் சக்கரம் மதுகைடபர்களை அழித்தது. தேவர்கள் மகிழ்ச்சி ஆரவாரம் செய்து மலர் தூவி வெற்றியைக் கொண்டாடினார்கள். பிரம்மதேவன் தனது மறைவிடத்தில் இருந்து வெளிப்பட்டு மகாவிஷ்ணுவின் வெற்றியைப் பாராட்டினார்.

❋❋❋

7. கவலை மாற்றிய கணபதிராயன்

முன்னொரு காலத்தில் விதர்ப்ப தேசத்தில் கவுண்டன்யம் என்ற நாட்டை வீமன் என்ற அரசன் ஆண்டு மக்களை தன் கண்களைப் போலக் காப்பாற்றி வந்தான். அவனது மனைவி சாருகாசினி மிகவும் நல்லவள். அழகிலும் பக்தியிலும் சிறந்தவள். அப்படியிருந்தும் ஏனோ அவர்களுக்கு குழந்தைப் பாக்கியம் வாய்க்கவில்லை.

குழந்தைப்பேறு பெற விரும்பி தவம் செய்ய விரும்பிய மன்னன் தனது நாட்டின் பொறுப்பை மந்திரிகள் வசம் ஒப்படைத்து விட்டு தன் மனைவியோடு கானகம் சென்று தவத்தில் ஈடுபட்டான். ஒரு சோலையில் மிருகங்களும், பறவைகளும் மிகவும் மகிழ்ச்சியோடும், பகை இல்லாமலும் ஒற்றுமையோடு வாழ்வதை அவர்கள் பார்த்து அதிசயித்தனர். அங்கே ஒரு ஆசிரமம் இருந்தது. அதை நோக்கி அவர்கள் சென்றபோது உள்ளே இருந்து வெளியே வந்த விசுவாமித்திரன் என்ற முனிவர் அவர்களைப் புன்னகையோடு வரவேற்றார்.

அவரது பாதங்களை வணங்கிய தம்பதியர் தங்களைப் பற்றியும் தங்களுக்கு ஏற்பட்ட குறை பற்றியும் சொல்லி வருத்தப்பட்டனர். அதைக் கேட்ட முனிவர், மன்னா உனது முன்னோர்கள் தினமும் விநாயகரைப் பூசித்து அவருடைய பரிபூரணமான அருளுக்குப் பாத்திரமாக இருந்து மண்ணில் நல்ல வண்ணம் எந்தவிதமான குறையும் இல்லாமல் வாழ்ந்தனர். ஆனால் நீயோ அரச வாழ்விலும், மனைவியின் மீது

கொண்ட அதிகக் காதலின் காரணமாகவும் விநாயகப் பெருமானை முற்றிலும் மறந்து போனாய்.அதனால் தான் உனது வமிசவிருத்தி தடை ஏற்பட்டது என்றார்.

உனது முன்னோர்கள் பற்றிச் சொல்கிறேன் கேள், கர்நாடக தேசத்தில் பானு என்ற நகரத்தை வல்லபன் என்ற அரசன் நீதிநெறி தவறாமல் ஆண்டு வந்தான். அவனது ஆட்சியில் மாதம் மும்மாரி பொழிந்தது. மக்கள் அமைதியாகவும், மனத்திருப்தியோடும் வாழ்ந்தனர். மன்னனின் பட்டத்து ராணி கமலை என்பவள், மகாபதிவிரதை, கடவுள் மீது தீராத பக்தி பூண்டவள். நீண்ட காலத்திற்குப் பிறகு அவர்களுக்கு ஒரு ஆண்குழந்தை பிறந்தது.

ஐயோ என்ன சொல்ல! பிறந்த குழந்தைக்குக் கண் தெரியவில்லை, வாய் பேச முடியவில்லை, காதும் கேட்கவில்லை. இது போதாது என்று அதன் உடல் முழுவதும் பெரிய கொப்புளங்கள் காணப்பட்டன. ஐயோ நாங்கள் என்ன பாவம் செய்தோம்? எதனால் எங்களுக்கு இப்படியொரு குழந்தை பிறந்தது என்று கதறிய பெற்றோர் ஒருவாறு மனதை தேற்றிக் கொண்டு அதற்கு தக்கன் என்று பெயரிட்டு பாசத்தோடு வளர்த்தனர்.

அரண்மனை வைத்தியர்கள் மிகச் சிறப்பான வைத்திய முறைகளைக் கையாண்டனர். இருந்தபோதிலும் அந்தக் குழந்தையின் எந்த ஊனமும் மறையவில்லை, உடலில் இருந்த புண்களும் ஆறவில்லை. பன்னிரண்டு வருடங்கள் அவர்கள் இவ்வாறு பிள்ளையின் நோய் தீர்க்கப் போராடினர். இறுதியில் ஒருநாள் இந்தப் பிள்ளையால் இனி பயன் இல்லை. ஆகவே இவனை நாட்டை விட்டுஅனுப்பிவிட முடிவு செய்திருக்கிறேன் என மனைவியிடம் தெரிவித்தான். குழந்தையுடன் நானும் செல்கிறேன் என்று சொல்லி சாருகாசினியும் புறப்பட்டு கானகம் சென்றாள்.

அவர்கள் காட்டு வழியாகச் சென்றபோது ஒரு கள்வர் கூட்டம் அவர்களை மிரட்டி கமலையிடம் இருந்த தங்க வைர நகைகளைக் கொள்ளை அடித்துச் சென்றது. அவர்கள் பலநாட்கள் பசியோடு அலைந்து திரிந்து குண்டபுரம் என்ற நகருக்கு அருகே வந்தனர்.

ஊர்எல்லையில் ஒரு ஆலயம் இருந்தது. அங்கே தன் குருட்டுப் பிள்ளையை உட்கார வைத்துவிட்டு கமலை ஊருக்குள் சென்று உணவு வாங்கிவரச் சென்றாள். இரண்டு வீடுகளில் பிச்சை எடுத்து அவர்கள்

தந்த உணவை எடுத்துக் கொண்டு பிள்ளையிடம் திரும்பி வந்தாள். இருவரும் அந்த உணவை உண்டு பசியாறினர்.

இப்படியாக பிட்சை எடுத்து அவர்கள் அந்த ஊரில் வாழ்ந்தபோது ஒரு நாள் அவர்கள் தெருவில் செல்லும் நேரத்தில் முற்கல முனிவர் அந்த வழியாகப் போனார். அவரது மேனியில் பட்ட காற்று குருட்டுப் பிள்ளையின் மீதும் பட்டது. என்ன ஆச்சரியம்? அவனது நோய்கள் சூரியனைக் கண்ட பனிபோல மறைந்தன. கண்கள் ஒளிபெற்று பார்வையைத் திரும்பப் பெற்றன, செவிகள் கேட்கும் சக்தியைப் பெற்றன, அவனது ஊமைத்தன்னை போய்விட்டது அவன் வாய்திறந்து அம்மா என கமலையை அழைத்தான்.

அவள் அடைந்த மகிழ்ச்சிக்கு அளவேயில்லை, மன்மதன் போல அழகாக விளங்கும் தனது இளைய மகனை தாய் கட்டித்தழுவி முத்தமிட்டாள், அவனது உடலை தடவிதடவிப் பார்த்து எல்லையில்லாத மகிழ்ச்சி அடைந்தாள், அவள் கண்களில் இருந்து ஆனந்தக்கண்ணீர் பெருக்கெடுத்தது. அந்த நகரத்து மக்கள் முனிவரின் அருள்பெற்ற தாயையும், பிள்ளையையும் அழைத்துச் சென்று தேவையான உதவிகளைச் செய்து கொடுத்தனர்.

அப்போது அங்கே வந்த வேதியர் நடந்தவற்றை அறிந்து அந்தப் பிள்ளைக்கு விநாயகரது சாடாட்சர மந்திரத்தை உபதேசித்து இதனை தினமும் சொல்லி விநாயகரை வழிபட்டு வா என்றார். தக்கன் அவ்வாறே சடாட்சர மந்திரத்தை மனஒருமைப்பட்டு ஓதிவந்தான். அதன் பயனாக ஒருநாள் விநாயகப் பெருமான், முற்கால முனிவரின் உருவத்தில் காட்சி தந்தார்.

தக்கனே! முற்கல முனிவர் என் மீது அளவற்ற அன்பு கொண்டவர், என் மனதுக்குப் பிடித்த பக்தர். அதனால் தான் நான் முன்னொரு நாள் அவரது உருவில் வீதியில் வந்து உனக்கு தரிசனம் தந்தேன். எனது காற்றுப் பட்டதால் தான் உன் நோய் நீங்கியது. எனவே இப்பொழுது நீ முற்கல முனிவரின் ஆசிரமம் சென்று அவரைச் சந்திப்பாய் என்று வழிகாட்டினார். உடனே தக்கன் தன் தாயை அழைத்துக்கொண்டு முற்கல முனிவரைச் சந்தித்து அவரது பாதங்களில் விழுந்து பணிந்தான்.

நடந்ததை தாயும் மகனும் அவரிடம் தெரிவித்தனர். அதைக்கேட்டு மகிழ்ச்சி அடைந்த முனிவர், பாலகா இத்தனை வருடங்களாக விநாயகரது சடாட்சர மந்திரத்தை உச்சாடனம் செய்கின்ற எனக்கே இன்னும் விநாயகப் பெருமான் தரிசனம் தரவில்லை. நீ பாக்கியவான் அவரது தரிசனம் பெற்றதோடு அவரது ஆலோசனையும் பெற்றாய். எனவே உனக்கு எல்லா நன்மைகளும் வந்து சேரும் என்று ஆசி கூறினார்.

அவரை வணங்கிய தக்கனும், கமலையும் தங்கள் ஊருக்குச் சென்றனர். மன்னன் அவர்களை வரவேற்று ஏற்றுக் கொண்டான். இந்தச் சரிதத்தைச் சொன்ன விசுவாமித்திர முனிவர் அடுத்து அவனது பூர்வ ஜென்மம் பற்றிய சரித்திரத்தை விவரித்தார்.

8. வல்லாளனுக்கு அருள்செய்த விநாயகர்

கல்யாணன் என்ற வைசியன் தனது மனைவி இந்துமதியோட சிந்து தேசத்தில் உள்ள பல்லி என்ற நகரத்தில் வசித்து வந்தான். இருவருக்கும் ஒரு மகன் பிறந்தான், அவனுக்கு வல்லாளன் எனப் பெயரிட்டு வளர்த்து வந்தனர். சிறு வயது முதலே வல்லாளன் இறைவழிபாட்டில் ஈடுபாடு கொண்டிருந்தான்.

ஒரு கல்லை எடுத்து அதற்கு மஞ்சள் குங்குமம் இட்டு காட்டுப்பூக்களை மாலையாகக் கட்டி அந்தக் கல்லுக்குப் போட்டு அதை விநாயகப்பெருமானாக வழிபடுவான். இந்த வகையில் ஓலையினால் கோயில் கட்டி வழிபாடு செய்து விளையாடுவது அவன் வழக்கம். அவனைப் பார்த்து மற்ற சிறுவர்களும் இந்தக் கடவுள் வழிபாட்டு விளையாட்டில் ஆர்வமாகக் கலந்து கொண்டனர்.

நாளுக்கு நாள் பிள்ளைகள் அதிக நேரம் இந்த விளையாட்டிலேயே காலம் கழித்தனர், குளிப்பதற்கோ சாப்பிடுவதற்கோ வீட்டுக்கு வராமல் இருந்தனர். அவர்களைப் பலமுறை தாய்மார்கள் அழைத்தும் வராமல் இருப்பது வழக்கமாயிற்று. இதனால் கோபம் கொண்ட தாய்மார்கள் வல்லாளன் வீட்டுக்கு வந்து கல்யாணனைப் பார்த்து உங்கள்

பிள்ளையை அடக்கி வையுங்கள். அவனால் தான் எங்கள் பிள்ளைகள் எங்கள் வார்த்தையை மதிக்காமல் எப்போதும் விளையாட்டே கதி என்று இருக்கிறார்கள் என்று திட்டிவிட்டுச் சென்றனர்.

இதனால் ஆத்திரம் கொண்ட கல்யாணன் கையில் ஒரு தடியை எடுத்துக் கொண்டு தோப்புக்கு ஓடினான். அவனைக் கண்டதும் மற்ற பிள்ளைகள் பயந்து ஓடிவிட்டனர். ஆனால் வல்லாளன் மட்டும் விநாயக வழிபாட்டைத் தொடர்ந்து செய்தான்.

டேய் இன்னுமா இதை நிறுத்தவில்லை என்று கத்திய கல்யாணன் தன் மகனை அடிஅடியென்று அடித்து பக்கத்தில் இருந்த மரத்தில் கயிறு கொண்டு கட்டிவைத்தான். அப்படியும் ஆத்திரம் அடங்காமல் அவன் பூசித்த விநாயகரைத் தூக்கி எறிந்து கோயிலைச் சிதைத்துவிட்டு இதுவாடா விநாயகப் பெருமான். அப்படியானால் நீ வணங்கும் விநாயகன் வந்து உன்னை அவிழ்த்து விடட்டும் என்று சொல்லிவிட்டு அங்கிருந்து நடந்தான். அப்பா அடித்ததால் வல்லாளன் உடம்பில் ஏகப்பட்ட காயங்கள் இருந்தன. அவற்றில் இருந்து குருதி வழிந்தது.

மரத்தில் கட்டப்பட்ட நிலையில் வல்லாளன் கண் மூடி விநாயகரைத் தியானித்தான். எனது தந்தை என்னை அடித்ததைக் கூட பொறுத்துக் கொள்ளலாம். ஆனால் பூசையை அழித்ததையும் உன்னை நிந்தனை செய்ததையும் என்னால் பொறுத்துக் கொள்ளவே முடியவில்லை. அவருக்கு நீயே தகுந்த தண்டனை தரவேண்டும் என்று வேண்டினான்.

விநாயகர் ஒரு சிறுவன் உருவத்தில் அங்கு வந்தார். அவரைப் பார்த்த அளவில் வல்லாளனனைக் கட்டியிருந்த முடிச்சுக்கள் அவிழ்ந்து கொண்டன. அவர் அவனுக்கு வேழமுகத்தோடு தரிசனம் தந்தார், அவன் உடலில் பட்ட காயங்கள் மறைந்தன, ரத்த நாற்றம் மறைந்து பரிமள சுகந்த மணம் அவன் உடலில் வீசியது.

பெருமானே! தங்கள் மீதுள்ள பக்தியின் காரணமாகவே உங்களை இந்தக் கல்லில் இருப்பதாக நம்பி பூசை செய்தேன். தாங்களும் தரிசனம் தந்து விட்டீர்கள். இனிமேல் தாங்கள் நான் வைத்த கல்லில் எப்பொழுதும் இருந்து தரிசனம் தரவேண்டும். பக்தர்களின் துயர் நீக்க வேண்டும் என்று வேண்டினான். அவரும் அப்படியே ஆகட்டும் என்று வரம் தந்து மறைந்தார்.

தன் பிள்ளையைக் கண்மூடித்தனமாக அடித்துவிட்டு வெளியேறிய கல்யாணனுக்கு சிறிது தொலைவு நடந்ததும் கண்கள் இருண்டன. பார்வை கொஞ்சம் கொஞ்சமாகப் பறிபோக சில நொடிகளில் முழுக்குருடனாகி விட்டான். அதோடு மட்டும் அல்ல அவனது காதுகள் கேட்கும் சக்தியை இழந்தன. நாக்கு அசைய மறுத்தது. அதனால் பேச முடியாத ஊமையாகிப்போனான். தன் மகனை அடித்த அடிகள் அத்தனையும் இப்போது அவன் உடலுக்கு மாறிவிட்டன. ஏராளமான ரத்த காயங்களோடு தட்டுத் தடுமாறி வீடு வந்து சேர்ந்தான் கல்யாணன்.

நன்றாக நடந்து சென்ற கணவன் இப்போது நிலைதடுமாறியதோடு குருடனாக, செவிடனாக, ஊமையாக மாறி வந்தது கண்டு இந்தமதி அதிர்ச்சி அடைந்தாள். நடந்தது என்னவென்பதை மற்ற சிறுவர்களும் சில பெண்களும் அவளிடம் சொல்லி இருந்தனர். அவள் கதறிக் கொண்டே தோப்பை நோக்கி ஓடினாள்.

அங்கே ஆண்களும் பெண்களுமாகப் பலர் கூடியிருந்தனர். வல்லாளன் எந்தவிதமான காயங்களும் இன்றி தியானத்தில் இருந்தான். வல்லாளன் தூக்கி வீசிய கல் உயரமான பீடத்தில் சர்வ அலங்காரங்களோடு கடவுள் சிலைபோலக் காட்சி அளித்தது. அதைச் சுற்றியிருந்த பிரகாசம் அது இப்போது சாதாரண கல் அல்ல, தெய்வ சாந்நித்தியம் பெற்ற சிலை என்பதை அவள் புரிந்து கொண்டாள்.

கண்ணா வல்லாளா உனது அப்பாவுக்கு நேர்ந்த கதியைப் பார்த்தாயா? அவரை எப்படியாவது காப்பாற்று என வேண்டினாள். அம்மா என்னை அடித்ததோடு நிறுத்தி இருந்தால் பரவாயில்லை; தெய்வத்தை நிந்தனை செய்தார். அதன் பலனை அவர் அனுபவித்துத்தான் தீர்க்க வேண்டும். இந்த ஜென்மத்தில் அவர் அனுபவித்தது போக மீதியை அவர் அடுத்த ஜென்மத்திலும் அனுபவிப்பார்.

அம்மா நீ உனது மறுபிறவியில் கர்நாடக தேசத்தில் வல்லாள ராஜன் என்ற அரசனுக்கு மனைவியாக கமலை என்ற பெயரில் பிறப்பாய். அப்போது இவர் உன் பிள்ளையாகப் பிறப்பார். அவருக்கு கண் தெரியாது, காது கேட்காது, வாய் பேசாது. அவர் உடல் முழுவதும் நோயால் புண்களாகியிருக்கும். இந்த வேதனையை அவர் பன்னிரண்டு வருடகாலம் அனுபவித்த பிறகு உங்களை அரசர் நாட்டை விட்டுத் துரத்திவிடுவார். காட்டில் நீங்கள் முற்கல முனிவரைத் தரிசித்து அவரால் துன்ப நீக்கம் அடைவீர்கள் என்றான் வல்லாளன்.

அது இருக்கட்டும் நீ என்னுடன் வீட்டுக்கு வா என் பிள்ளையாக இரு என்று அழைத்தாள் இந்துமதி. அம்மா என்னை என் வழியில் விட்டுவிடு. நான் இங்கேயே இருந்து விநாயகரை வழிபாடு செய்யவே விரும்புகிறேன் என்று சொல்லி அவன் மறுத்து விட்டான். அழுது கொண்டே அவள் சென்று விட்டாள்.

சிலகாலத்திற்குப் பிறகு விநாயகப் பெருமான் தனது கணங்களை அனுப்பி பக்தனை தன்னிடம் அழைத்து வரச் சொன்னார். வல்லாளன் பூசை செய்து வந்த தோப்பில் ஒரு புஷ்பக விமானம் வந்தது. அதில் இருந்து தேவகணங்கள் வந்து மரியாதையோடு வல்லாளனை விநாயகப் பெருமானிடம் அழைத்துச் சென்றனர். இவ்வாறு தக்கனின் முற்பிறப்பை சொன்ன விஸ்வாமித்திர முனி, இப்போது விநாயகப் பெருமானது பெருங்கருணையினால் தக்கன் அரசுரிமை பெற்ற வைபோகத்தை வீமராஜனுக்குச் சொல்ல ஆரம்பித்தார்.

❀❀❀

9. ஆனை வந்தது அரசு தந்தது

நோய் நீங்கியதும் தக்கனும், கமலையும் முற்கல முனிவரின் பாதங்களில் பணிந்து ஆசி பெற்று பயணம் தொடர்ந்தனர். வழியில் கவுண்டிபுரம் என்ற நகரம் வந்தது. ஊருக்கு அருகே இருந்த குளத்தின் கரையில் பழமையான விநாயகர் கோயில் ஒன்று இருந்தது.

அந்த இடமே விநாயகரைத் துதிக்கவும், தியானிக்கவும், தரிசிக்கவும் ஏற்ற இடம் என்பதை அறிந்த தக்கன் அந்த ஆலயத்திலேயே பன்னிரண்டு வருடங்கள் தங்கி விநாயகப் பெருமானைத் தியானித்து அவரது மூல மந்திரத்தை ஜெபித்து வந்தான்.

ஒரு நாள் விடியற்காலையில் அவனுக்கு ஒரு கனவு வந்தது. அந்த நாட்டுப் பட்டத்து யானை தும்பிக்கையில் மாலையை எடுத்து வந்து அவனுடைய கழுத்திலே போட்டு, தன்னை முதுகில் ஏற்றிச் செல்வதைப் போல அக்கனவு இருந்தது.

விடிந்தநேரத்தில் அந்த நாட்டு மன்னன் இறந்து போனான். அவனுக்கு வாரிசுகள் யாரும் இல்லை. ஆகவே பழைய மரபுப்படி பட்டத்து யானையிடம் மாலையைக் கொடுத்து அது யாரைத் தேர்ந்தெடுத்து மாலையிட்டு அழைத்து வருகிறதோ அவரே அரசர் என்று முடிவாகியது. அதனால் யானையிடம் மாலையைக் கொடுத்து விட்டு அதன் பின்னால் மந்திரி பிரதானிகளும், பொதுமக்களும் நடந்து

வந்தனர்.

ஊர்வலமாக வந்த யானை விநாயகர் கோயிலில் இருந்து வெளியே வந்த தக்கனைக் கண்டதும் மாலையை அவனுடைய கழுத்தில் போட்டது, தும்பிக்கையால் அவனைத் தூக்கி தன்மேல் வைத்துக் கொண்டு அரண்மனைக்குத் திரும்பியது. நல்ல நாளில் முற்கல முனிவர் அவனுக்கு முடிசூட்டு வைபவம் நடத்தி வைத்தார். இந்தச் செய்தியை அறிந்த வல்லபராஜன் புதிதாக வந்திருக்கும் கவுண்டின்யபுரத்து மன்னனைக் காண தன் பரிவாரங்களுடன் புறப்பட்டு வந்தான்.

தந்தையே தான் யார் என்று அறியாமல் பார்க்க வருகிறார் என்பதை அறிந்த தக்கன், தாயுடன் புறப்பட்டுச் சென்று அவரைப் பாதிவழியிலேயே சந்தித்து சகல மரியாதைகளுடன் தன் அரண்மனைக்கு அழைத்து வந்தான்.

விநாயகப் பெருமான் தன் பக்தனாகிய தக்கனுக்கு மேலும் அருள் செய்ய விரும்பினார். ஆகவே அண்டைநாட்டு மன்னன் வீரசேனன் கனவில் தோன்றி, மன்னா உனது மகளை எனது பரம பக்தனாகிய தக்கனுக்கு மணமுடித்துக் கொடு என்று கட்டளையிட்டு மறைந்தார்.

அடுத்த நாள் காலையில் தக்கனையும் கமலையையும் சந்தித்த வீரசேனன் ஆனைமுகன் கனவில் தோன்றி தனக்கு இட்ட கட்டளையைத் தெரிவித்தான். அவர்கள் சம்மதித்தனர். அடுத்த சுப முகூர்த்தத்தில் தக்கனின் திருமணம் கோலாகலமாக நடந்தேறியது. விநாயகரின் அருள்பெற்ற தக்கனுக்கு அழகான ஆண்குழந்தை பிறந்தது அதற்கு பிரகத்பானு என்று பெயர் சூட்டி சீரும் சிறப்புமாக வளர்த்து வந்தான். அந்த வமிசத்தில் தோன்றிய சித்திரசேனனின் குமாரனே வீமராஜனாகிய நீ. இப்படி உன் முன்னோர்கள் அனைவருமே விநாயகரைப் பூசித்து வழிபட நீ அரசபோகத்தில் திளைத்து அவரை மறந்து விட்டாய்.

இனிமேல் நீ நாடு திரும்பி உன் மனைவியோடு இருந்து விநாயகரை வழிபட்டு வருக. அவரது ஆசியால் நிச்சயமாக உனக்குப் பிள்ளைகள் பிறக்கும் என்று வழிகாட்டினார். அவரது ஆசிபெற்ற வீமராஜன் தன் மனைவியோடு நாடு திரும்பி தக்கன் பிரதிஷ்டை செய்த விநாயகர் ஆலயத்தில் விரதமிருந்தான். ஏகாட்சர மந்திரத்தை உச்சாடனம் செய்தான். அதன் பலனாக அவன் மனைவிக்கு அழகான ஆண்குழந்தை பிறந்தது.

❀❀❀

10. முனிபத்தினி கொடுத்த சாபம்

விநாயகப் பெருமானின் அருளால் தனக்குப் பிறந்த குழந்தைக்கு ருக்மாங்கதன் என்ற பெயரிட்டு வீமராஜன் வளர்த்தான். தக்க வயது வந்ததும் குருகுலவாசம் செய்ய கபில முனிவரிடம் அனுப்பிவைத்தான். அவர் சகல கலைகளையும் கற்பித்தார். அதோடு ருக்மாங்தனுக்கு விநாயகப் பெருமானின் ஏகாட்சர மந்திரத்தை உபதேசித்தார். அவனும் பக்தி சிரத்தையோடு தும்பிக்கையானைத் துதித்து அந்த மந்திரத்தை ஜெபித்து வந்தான்.

ருக்மாங்கதனுக்கு வயது வந்ததும் வீமராஜன் ஆட்சிப் பொறுப்பை அவனிடம் ஒப்படைத்து விட்டு தவம் செய்யச் சென்றான். ருக்மாங்கதன் தன் தந்தையின் வழியே மந்திரிகளின் ஆலோசனைப்படி நல்லாட்சி நடத்தி வந்தான். ஒருநாள் அவன் காட்டுக்கு வேட்டையாடச் சென்றான். வெகுநேரம் வேட்டையாடியதால் தாகம் வருத்தியது. பக்கத்தில் நீர்நிலை எதுவும் இல்லை. ஆகவே எங்காவது தண்ணீர் கிடைக்குமா? என்று ஆர்வத்தோடு தேடிச் சென்றான்.

வழியில் கவி முனிவருடைய ஆசிரமம் இருந்தது. அவர் தன் சிஷ்யர்களோடு வெளியே சென்றிருந்தார். ஆசிரமத்தின் அருகே இருந்த நந்தவனத்தில் முனிவரின் பத்தினியாகிய முகுந்தை என்பவள் தனித்து இருந்தாள்.

ருக்மாங்கதன் அவளை வணங்கி தாயே எனக்கு மிகவும் தாகமாக இருக்கிறது; குடிப்பதற்குக் கொஞ்சம் தண்ணீர் கொடுங்கள் என்று கேட்டான். அவனைக் கண்ட முகுந்தையின் மனத்தில் காம எண்ணம் தலைதூக்கியது. மோகம் தலைக்கேறிய நிலையில் உன்னைப்போலவே நானும் தாகத்தினால் தவித்துக் கொண்டிருக்கிறேன் வா என்று சொல்லி அவனது கரத்தைப் பிடித்து சரசத்திற்கு அழைத்தாள்.

துடித்துப்போன ருக்மாங்கதன் நீங்கள் என் தாய்க்குச் சமானம், என்னைத் தீண்டாதீர்கள், தள்ளி நில்லுங்கள் என்று பதறினான். மன்னவா ஒரு பெண்ணின் ஆசையைத் தீர்க்காதவன் ஆண்மகனே அல்ல, நான் விரகத்தினால் துடித்துக் கொண்டிருக்கிறேன், என்னை விரட்டாதே என்று கெஞ்சியவாறே அவனை அணைத்துக் கொள்ளத் துடித்தாள்.

சீ காமப்பிசாசே! முனிபத்தினியாக இருப்பதால் நீ பிழைத்தாய். இல்லையேல் உன்னை என் வாளுக்கு எப்போதோ இரையாக்கி இருப்பேன் என்று ருக்மாங்கதன் சீறிவிட்டு அங்கிருந்து செல்ல ஆரம்பித்தான்.

மன்னவா! உன் உடல் அழகு என்னை மயக்கி விட்டது. பெண் ஒருத்தி இச்சை கொண்டு அழைக்கும் போது அதைத் தீர்க்காமல் பேடி போல ஓடிச் செல்லும் உனது அழகான உடலின் அழகு கெட்டு ஒழியட்டும் என்று சபித்தாள் முகுந்தை. அடுத்தநொடியில் அவள் சாபம் பலித்து விட்டது, அவன் உடல் முழுவதும் வெண்குஷ்டம் பரவியது, பிரகாசமான இளமை சொட்டும் முகம் களையிழந்தது, விகாரமானது.

அதிர்ச்சி அடைந்த ருக்மாங்கதன் என்ன செய்வது என்று தோன்றாமல், அந்தக் காட்டிலேயே தங்கி விட்டான். இந்தக் குரூரமான வடிவத்தோடு அரண்மனைக்கு எப்படிச் செல்வது என்று வருத்தத்துடன் அங்கேயே படுத்து உறங்கினான். காலையில் எழுந்து அருகே இருந்த குளத்தில் நீராடி விட்டு விநாயகப் பெருமானின் ஏகாட்சர மந்திரத்தை ஜெபித்தவண்ணம் கண்ணீர் விட்டபடி இருந்தான். அப்பொழுது வான வெளியில் நாரதமுனிவர் பறந்து செல்வதை அவன் பார்த்து அவரை அழைத்தான். அவர் அருகே வந்ததும் நடந்தவற்றை விளக்கிச் சொல்லி நீரே என்னைக் காக்க வேண்டும் என்று வேண்டினான்.

ரிஷி பத்தினி என்னைச் சல்லாபத்திற்கு அழைத்தாள். அது தகாதகாரியம் என மறுத்தேன். அதற்கு இப்படி சாபம் கொடுத்தாள். இது சரிதானா? என்று அவரிடம் புலம்பினான்.

அவனிடம் ஆறுதலாகப் பேசிய நாரதர், நீ கணபதியின் கருணா கடாட்சம் பெற்றவன் வருந்தாதே! கந்தர்ப்பம் என்ற நகரத்தில் முன்னொரு காலத்தில் விநாயகப் பெருமானுக்காக தேவேந்திரன் ஒரு ஆலயம் எடுத்தான். அதன் அருகில் கணேச குண்டம் என்ற குளம் இருக்கிறது. நீ அங்கே சென்று அந்தப் புண்ணிய தீர்த்தத்தில் நீராடினால் உனது குஷ்டரோகம் மாறும்.

இதைக் கேட்டதும் ருக்மாங்கதன் மனம் அமைதிப்பட்டது. அவன் நாரதரை நோக்கி ஐயனே! இந்திரன் அந்த இடத்தில் விநாயகப் பெருமானைப் பிரதிஷ்டை செய்து பூசிக்க என்ன காரணம்? அதனைக் கேட்க ஆவலாக இருக்கிறேன், சொல்லுங்கள் என்றான். நாரதர் அந்த வரலாற்றைச் சொல்ல ஆரம்பித்தார்.

❀❀❀

11. அகலிகையின் மீது ஆசை வைத்த அமரர்கோன்

இந்திரன் ஒருநாள் சோமபானம் அருந்தியபடியே தேவமாதர்களான ரம்பை, ஊர்வசி ஆகியோரது கவர்ச்சியான நடனத்தைக் கண்டு ரசித்த வண்ணம் இருந்தான். அந்த நேரத்தில் அங்கு வந்தார் நாரத முனிவர், அவரைப் பணிவோடு வரவேற்ற இந்திரன், தகுந்த ஆசனம் கொடுத்து அமரவைத்து மரியாதை செய்தான்.

அவரைப் பார்த்து நாரத முனிவரே! தாங்கள் சகல லோகங்களுக்கும் சென்று வருகிறீர். அங்கே ஏதாவது அதிசயத்தைக் கண்டதுண்டா? இருந்தால் அதை எனக்கும் சொல்ல வேண்டும் என்று கேட்டுக் கொண்டான்.

இந்திரா! மண்ணுலகத்தில் ஒருநாள் நான் கௌதம முனிவரது ஆசிரமத்திற்குச் சென்றேன். அங்கே அவரது மனைவி அகல்யாதேவி என்னை வரவேற்று உபசாரம் செய்தாள். அவளைப் போன்ற அழகியை நான் கண்டதில்லை, மகாலட்சுமிக்கு நிகரான அழகு படைத்த அவளுக்கு ரம்பை, ஊர்வசி போன்ற அப்சரசுகள் நிகராக மாட்டார்கள் என்று சொல்லிவிட்டுச் சென்றார்.

அதைக் கேட்டதும் இந்திரனுக்கு அகல்யாவின் மீது அளவுகடந்த மோகம் ஏற்பட்டது. உடனே பூலோகம் சென்றான். கௌதமரிஷியின் ஆசிரமத்தை அடைந்து மரத்தின் மறைவில் நின்று அகல்யாவைப் பார்த்தான். நாரதர் சொன்னதை விட அவள் பலமடங்கு அழகாக இருப்பதைக் கண்டு அப்போதே அவளை அனுபவிக்கத் துடித்தான்.

கௌதமர் விடியற்காலையில் கங்கைக்குச் சென்று நீராடிவிட்டு அங்கேயே நித்ய கர்மானுஷ்டங்களைச் செய்யும் வழக்கம் கொண்டவர். அந்த நேரத்தில் அவளை அனுபவிக்கத் திட்டமிட்ட இந்திரன், அன்றிரவு ஆசிரமத்தின் அருகே சென்று சேவலைப்போலக் கூவினான். பொழுது விடிந்து விட்டதாக நினைத்த கௌதமர் எழுந்து கங்கைக்கு நீராடச் சென்றார்.

இந்த நேரத்திற்காகக் காத்திருந்த தேவேந்திரன், கௌதமர் போல உருவை மாற்றிக் கொண்டு ஆசிரமத்துக்குள் நுழைந்தான். அகலிகையைக் கட்டி அணைத்தான். அவள் தன் கணவனே திரும்பி வந்ததாக நினைத்தாள். ஆகவே சந்தேகம் இல்லாமல் இடம் கொடுத்தாள். இருவரும் இன்பத்தில் திளைத்தனர்.

கங்கைக்குச் சென்ற கௌதமர் ஆகாயத்து நட்சத்திரங்களைக் கணித்தபோது விடிவதற்கு இன்னும் நேரம் இருப்பதைக் கவனித்தார். மனம் குழம்பியது. ஆசிரமத்திற்குத் திரும்பி வந்தார். கதவைத் திறந்து கொண்டு உள்ளே சென்றார். இந்திரனின் அணைப்பில் இருந்த அகலிகை திடுக்கிட்டு எழுந்தாள். தவறு நடந்திருப்பதை உணர்ந்து முனிவரின் பாதங்களில் விழுந்து கதறினாள்.

மனைவியை மாற்றானோடு கண்ட முனிவரின் உள்ளம் கொதித்தது. பெண்ணே! வந்தவன் என் உருவத்தில் வந்திருந்தாலும் அவனது ஸ்பரிசத்தினால் உண்மையை அறிந்திருக்க வேண்டும். கணவனின் ஸ்பரிசத்திற்கும், மற்றவனின் ஸ்பரிசத்திற்கும் வித்தியாசம் தெரியாமல் கல்லைப்போல உன் உடல் இருந்தது அல்லவா? ஆகவே நீ கருங்கல்லாக மாறக் கடவாய் என்று சாபமிட்டார்.

ஐயோ! தாங்கள் என்னை சந்தேகிக்கலாமா? நான் மனமறிந்து இந்தக் குற்றத்தைச் செய்யவில்லை. இதற்காக இத்தனை பெரிய தண்டனையா? இதற்கு விமோசனம் இல்லையா? என்று அகலிகை அழுதாள்.

மனம் இரங்கிய கௌதமர், வருந்தாதே! அசுரர்களை அழிப்பதற்காக ஸ்ரீமன் நாராயணன் தசரத ராமனாக அவதாரம் எடுத்து இங்கே வருவார். அவரது பாதம் பட்டதும் உனக்கு சாபவிமோசனம் ஏற்படும் என்றார். இதே நேரத்தில் இந்திரன் பூனையின் வடிவம் கொண்டு கள்வனைப்போல வெளியே செல்ல முயன்றான்.

அதைக் கண்ட கௌதமர். ஞான திருஷ்டியால் வந்திருப்பது தேவேந்திரனே என்பதை அறிந்து, அமரர் கோவே நீ இத்தனை இழிவான காரியத்தைச் செய்யலாமா? உனது பெருமையை உணராது எந்த இன்பத்தை நாடி இந்தக் கீழ்த்தரமான காரியத்தைச் செய்தாயோ? அந்த பெண்ணின் குறிகள் உன் உடல் முழுவதும் தோன்றட்டும் என்று சபித்தார். வெட்கத்தினாலும் அவமானத்தினாலும் தேவர்களுக்குத் தலைவன் தலையைக் குனிந்து கொண்டு நின்றான். அவன் உடல் முழுவதும் பெண் குறிகள் தோன்றின.

வெளியே தலைகாட்ட வெட்கப்பட்ட இந்திரன் ஒரு குளத்தில் பூத்திருந்த தாமரைப்பூவினுள் சென்று மறைந்து கொண்டான். அரசனைக் காணாத தேவர்கள் கலங்கினர். தேவருலகம் களையிழந்தது. தேவர்கள் பிரகஸ்பதியிடம் முறையிட்டனர். அவர் நாரதரிடம் கேட்கும்படியாக அவர்களை அனுப்பி வைத்தார். தேவர்கள் நாரதரைக் கண்டு விவரம் கேட்டனர்.

தனது ஞான திருஷ்டியினால் நடந்ததை அறிந்த நாரத முனிவர், கௌதம முனிவரின் சாபம் பெற்று இந்திரன் தாமரைப்பூவிற்குள் ஒளிந்திருப்பதை அறிந்து அவர்களிடம் சொன்னார். மேலும் சாபவிமோசனம் பெற நீங்கள் கௌதம முனிவரைச் சந்தியுங்கள் என்று ஆலோசனை தெரிவித்தார்.

தேவர்கள் அனைவரும் நேராக கௌதம முனிவரின் ஆசிரமம் சென்று அவரைப் பணிந்து இந்திரசாபத்தை மாற்றுமாறு வேண்டினர். தேவர்களைப் பார்த்த முனிவர், உங்கள் அனைவரையும் ஒன்றாகப் பார்க்கும் பாக்கியம் இன்று கிடைத்தது. கொடுத்த சாபத்தை என்னால் திரும்பப் பெற முடியாது; ஆனால் விமோசனம் கூறுகிறேன்.

வினைகள் தீர்க்கும் விநாயகப் பெருமானின் ஏகாட்சர மந்திரத்தை பிரகஸ்பதிக்கு உபதேசிக்கிறேன். அவர் அதை இந்திரனுக்குச் சொல்லட்டும். அதை இந்திரன் மன ஒருமைப்பாட்டோடு ஜெபித்தால்

அவன் உடலில் உள்ள பெண்குறிகள் கண்களாக மாறும் என்று சொல்லி கௌதமர் ஏகாட்சர மந்திரத்தை பிரகஸ்பதியின் காதில் ஓதினார்.

பிரகஸ்பதி தேவர்களை அழைத்துக் கொண்டு கந்தர்ப்பம் என்ற இடத்தில் உள்ள தடாகக்கரைக்குச் சென்று இந்திரனை அழைத்தனர். அவன் வெட்கப்பட்டுக் கொண்டு வெளியே வருவதற்குத் தயங்கினான். பிரகஸ்பதி சாபவிமோசனம் பெறவே அவனை அழைப்பதாகத் தெரிவிக்கவே உடல் கூசிக் குறுக வெளியே வந்தான். அவன் உடல் முழுவதும் பெண்குறிகள் காணப்பட்டன. பிரகஸ்பதி அவனது காதில் விநாயகரது மந்திரத்தை உபதேசித்தார். அந்தக் கணமே அவனது உடலில் இருந்த அவமானச் சின்னங்கள் மறைந்தன. உடல் பிரகாசம் அதிகமாகியது.

ஆனந்தம் அடைந்த இந்திரன் அங்கிருந்து கடம்பவனம் சென்றான். ஒரு குளத்தை ஏற்படுத்தி அதன் கரையில் விநாயகப்பெருமானுக்கு ஆலயம் அமைத்தான். அங்கே ஆயிரம் வருடங்கள் அன்னஆகாரம் இல்லாமல் விநாயகப் பெருமானை நோக்கி தவம் செய்தான். இந்திரனின் தவத்தில் மகிழ்ச்சி அடைந்த கணபதி அவன் முன்னால் தோன்றி என்ன வரம் வேண்டும் என்று கேட்டார்.

ஐயனே! தாங்கள் இந்தத் தலத்தில் சிந்தாமணி விநாயகர் என்ற திருநாமத்தோடு எழுந்தருள வேண்டும். இங்கே வந்து இந்தக் குளத்தில் நீராடுபவர் பாவங்கள் தொலைந்து அவர்கள் நலம் பெறவேண்டும் என்று வேண்டினான். அவரும் அப்படியே வரம் தந்து மறைந்தார். அது முதல் அந்தக் குளம் சிந்தாமணித் தீர்த்தம் என்ற பெயரால்அழைக்கப்படுகிறது.

ருக்மாங்கதா நீயும் அந்தத் தீர்த்தத்தில் நீராடி சிந்தாமணி விநாயகரைத் தரிசனம் செய்தால் உன்னைப் பிடித்திருக்கும் நோய் நீங்கும் என்று சொல்லி அவனை நாரதர் அனுப்பி வைத்தார்.

❀❀❀

12. நீ முனிவரின் மகனா?

முதல்நாள் அரசனைக் காணாமல் திரும்பிய மந்திரியும் வீரர்களும் மறுநாள் காலையில் காட்டுக்குள்ளே வந்து ஒரு இடம் விடாமல் அலசியதில் விநாயகர் ஆலயத்தில் ருக்மாங்கதனைக் கண்டனர். முதலில் அவனை அவர்களுக்கு அடையாளமே தெரியவில்லை. அவர்களிடம் மன்னன் தனக்கு நேர்த்த அவலத்தை விவரித்தான், பிறகு நாரதமுனிவர் சொற்படி அவன் தன் பரிவாரங்களோடு கதம்பவனம் சென்று சிந்தாமணி தீர்த்தத்தில் நீராடினான், பக்தியோடு விநாயகரை வணங்கினான். என்ன ஆச்சரியம்? சூரியனைக் கண்ட பனி விலகுவதைப் போல அவனுடலில் இருந்த வெண்குஷ்டம் நீங்கியது, முகம் விகாரம் மறைந்து பிரகாசம் தோன்றியது.

அதே நேரத்தில் வானத்தில் இருந்து ஒரு புஷ்பக விமானம் வந்து தரையிறங்கியது. அதில் இருந்து வந்த தேவகணங்கள் அரசே தங்களை அழைத்துவர விநாயகப் பெருமான் இந்த விமானத்தை அனுப்பி இருக்கிறார் வாருங்கள் என்று பணிவோடு தெரிவித்தனர்.

தேவகணங்களே நீங்கள் அழைப்பது என் பாக்கியமே; மிகவும் ஆனந்தம். ஆனால் என் பெற்றோரைப் பிரிந்து வர எனக்கு மனம் இல்லையே என்று வருந்தினான் ருக்மாங்கதன். அதைக்கேட்டதும் அரசே அதில் ஒன்றும் பிரச்சனை இல்லை, அவர்களை நினைத்துக் கொண்டு

நீங்கள் இந்தச் சிந்தாமணி தடாகத்தில் நீராடினால் அவர்களுக்கும் தங்களுக்குக் கிடைத்த பாக்கியம் கிடைக்கும் என்றனர்.

இதைக்கேட்டதும் அரசன் மட்டும் அல்ல அவனுடன் இருந்த மற்ற மந்திரிபிரதானிகளும், கூட தங்கள் தாய்தந்தையரை, மனைவி மக்களை நினைத்துக் கொண்டு சிந்தாமணி தீர்த்தத்தில் நீராடினர். உடனே அவர்களுடைய உறவினர்களும், தாய்தந்தையர்களும் அந்த இடத்தில் குழுமிவிட்டனர். அவர்கள் அனைவரையும் ஏற்றிச் செல்ல மேலும் பல விமானங்களை விநாயகப் பெருமான் அனுப்பிவைத்தார். எல்லோரும் அவற்றில் ஏறிக் கொண்டு விநாயகரது பாதக்கமலங்களில் சரண் அடைந்தனர்.

ருக்மாங்கதனால் வெறுத்து ஒதுக்கப்பட்ட போதிலும் முகுந்தையின் விரகதாபம் அடங்கவேயில்லை. ஆகவே அங்கும் இங்கும் பைத்தியம் பிடித்தவளைப்போல அலைந்து திரிந்தாள். அவள் அப்படி மோகதாபத்தில் அலைவதைப் பார்த்த இந்திரனுக்கு அவளைத் தீண்டும் ஆசை ஏற்பட்டது. ஆகவே தன் உருவை ருக்மாங்கதனாக மாற்றிக்கொண்டு அவளுடன் கூடிக் கலந்தான். அதனால் அவள் கர்ப்பம் அடைந்தாள்.

அவளுடைய வயிற்றில் வளரும் கரு இந்திரனால் ஏற்பட்டதை அறியாத அப்பாவி கவி முனிவர் தனக்குக் குழந்தை பிறக்கப் போவதாக எண்ணி மகிழ்ச்சி அடைந்தார்.

தகுந்த காலம் வந்ததும் முகுந்தை ஒரு ஆண்குழந்தையைப் பெற்றெடுத்தாள். கவிமுனிவர் பெரிதும் மகிழ்ந்தார், அவனுக்கு கிருச்சமதன் என்று பெயரிட்டு வளர்த்தார். அந்தப் பிள்ளைக்கு விநாயகரின் ஏகாக்கிர மந்திரத்தை உபதேசித்தார். அவனும் அதை உச்சரித்து சித்தி பெற்றான், சகல சாஸ்திரங்களும் கற்று வாலிபவயதை அடைந்தான்.

மகத நாட்டு அரசன் சூரனின் அரண்மனையில் மிகப்பெரிய யாகம் நடந்தது. அதற்கு பல இடங்களில் இருந்து முனிவர்கள் வந்திருந்தனர். அப்போது முனிவர்களிடையே தத்துவ விசாரப்போட்டி நடைபெற்றது. அப்போட்டியில் கிருச்சமதரும் கலந்து கொண்டார், அவருடன் அத்திரி முனிவர் போட்டியிட்டார்.

போட்டியில் தோல்வி அடைந்த அத்திரி முனிவர் கோபம் கொண்டு டேய் கிருச்சமதா உனக்கு எங்களுடன் சரிக்குச் சமமாகப் போட்டியிட என்ன தகுதி இருக்கிறது? உன் பிறப்பைப் பற்றி எங்களுக்குத் தெரியாதா? நீ முனிவருக்குப் பிறக்கவில்லை,

அரசனாகிய ருக்மாங்தனுக்குப் பிறந்தவன். உடனே வெளியே போ என்று அவமானப்படுத்தி வெளியேற்றினார்.

கிருச்சமதர் அவமானத்தில் கூனிக்குறுகி வெளியே சென்றார். அவருக்கு இதுநாள்வரையில் இந்த ரகசியம் தெரியாது. அதே கோபத்தோடு வீட்டுக்குச் சென்று தாய் முகுந்தையிடம் யார் எனது தந்தை? மறைக்காமல் சொல் என்று கேட்டார்.

பிள்ளையின் கோபத்தைக் கண்டு பயந்த அவள் உனது தந்தை ருக்மாங்கதன் தான் என்றாள். இதைக் கேட்டு ஆத்திரம் கொண்ட கிருச்சமதர் அவளைப் பார்த்து, சீ நீயும் ஒரு பெண்ணா? முனிபத்தினியாக இருந்துகொண்டு இன்னொரு ஆடவனோடு சேர்ந்த நீ பறவைகள் எதுவுமே நெருங்காத இலந்தை மரமாகக் கடவாய் என்று சாபமிட்டார்.

தனக்கு மகன் இப்படியொரு சாபம் இட்டதால் கோபம் கொண்ட முகுந்தை, அவரைப் பார்த்து அன்னை என்றும் பாராமல் எனக்கு சாபமிட்ட உனக்கு, பார்த்தாலே நடுங்க வைக்கும் பயங்கரமான பிள்ளை பிறக்கட்டும் எனப் பதிலுக்குச் சாபம் கொடுத்தாள்.

வாழ்க்கையே கிருச்சமதருக்கு வெறுத்துவிட்டது, அன்னமோ நீரோ இல்லாமல் தனது உடம்பை அழித்துக் கொள்ள விரும்பினார். அப்போது வானத்தில் இருந்து கிருச்சமதா நீ அரசபுத்திரன் இல்லை தேவேந்திரனின் புத்திரன் என்று அசரீரி ஒலித்தது.

இதனால் மனம் அமைதியுற்ற கிருச்சமதர், அரசகுமாரன் என்று கேலி செய்த முனிவர்கள் தன்னைத்தேடிவந்து வணங்க வேண்டும் என்று எண்ணம் கொண்டு விநாயகரைத் தியானித்து பதினாயிரம் வருடங்கள் கோரதவம் மேற்கொண்டார். அவரது தவத்திற்கு மெச்சிய விநாயகப் பெருமான், சித்தி புத்தி புடைசூழ சிங்க வாகனத்தில் தோன்றி தரிசனம் கொடுத்தார். அவரிடம் கிருச்சமதர், தும்பிக்கை நாயகனே! நான் தங்களை நினைத்து தவம் செய்த இந்த வனத்திற்கு புஷ்கரம் என்று பெயருண்டாக வேண்டும். நான் தங்களது திருவடி நிழலை அடைய வேண்டும் என்று வேண்டினார்.

விநாயகரும் அவ்வாறே அருள் செய்தார். அந்த இடத்தில் கிருச்சமதர் விநாயகப் பெருமானுக்கு ஆலயம் ஒன்றை எழுப்பி அதில் விநாயகரைப் பிரதிஷ்டை செய்து தினமும் வழிபாடு செய்து வாழ்ந்தார்.

13. திரிபுரங்களை எரித்த விரிசடையோன்

தியானத்தில் ஈடுபட்டிருந்த கிருச்சமதர் ஒருநாள் நீண்ட நேரத்திற்குப் பிறகு கண்விழித்தார், யோகாக்கினி வீசும் அவரது கண்ணில் இருந்து முகுந்தையின் சாபத்தினால் ஒரு அசுரன் தோன்றினான். பார்த்தாலே நடுங்க வைக்கும் அவனுடைய தோற்றம் கண்டு முனிவரே ஒருகணம் திடுக்கிட்டார்.

அச்சத்தை மறைத்துக் கொண்டு நீ யாரப்பா? என்றார். அவன் அண்டகடாகம் இடிந்து விழுவதைப்போல கடகடவெனச் சிரித்தான். என்னைத் தெரியவில்லையா தந்தையே? நான் உங்கள் பார்வையில் இருந்து தோன்றிய புத்திரன். என் பெயர் பலி என்றான் அவன். பிற்காலத்தில் மக்களையும், முனிவர்களையும், தேவர்களையும் பலிகொள்ளப் போகிறான் என்பதால் அந்தப் பெயரைப் பெற்றானோ என்னவோ?

அவனை ஆசீர்வதித்த கிருச்சமதர், ஆனைமுகனின் மூல மந்திரத்தை அவனுக்கு உபதேசித்தார். அவன் அவரிடம் இருந்து விடைபெற்றுச் சென்று தனியிடம் அமர்ந்து தவம் செய்தான். பலகாலம் கடுமையான தவம் இயற்றியதன் பலனாக ஐங்கரன் அவனுக்குக் காட்சி அளித்தார்.

அவரைப் பணிந்த பலி, முழுமுதற்பொருளே! மூவுலகையும் ஆளுகின்ற பேற்றினை எனக்குத் தரவேண்டும், அதோடு எப்போதும் உம்மை சிந்திக்கும் மனமும் வேண்டும். விநாயகப் பெருமானே நான் நினைத்த இடத்திற்கு ஆகாய மார்க்கமாகச் செல்ல மூன்று கோட்டைகளையும் தந்தருள வேண்டும் என்று வரம் கேட்டான். அப்படியே ஆகட்டும், பரமேஸ்வரனைத் தவிர வேறு யாரும் உன்னை வெல்ல முடியாது என வரம் தந்து வேழமுகன் மறைந்தார்.

அசாத்திய பலம் பெற்ற பலி மண்ணுலகத்து மன்னர்களை எதிர்த்தான். அவனை யாராலும் வெல்ல முடியவில்லை. மண்ணை வெற்றி கண்ட அவன் பார்வை இப்போது தேவலோகத்தின் மீது விழுந்தது. அமராவதி பட்டணத்தின் மீது படையெடுத்தான். அவனை எதிர்க்க முடியாது என்பதை அறிந்த இந்திரன் ஓடி ஒளிந்து கொண்டான். தேவர்கள் அஞ்சி நடுங்கினர். தேவலோகம் அவன் ஆளுமைக்குக் கீழ்வந்தது.

இந்த நிலையில் அவன் விநாயகப் பெருமானை வேண்டி மூன்று பறக்கும் கோட்டைகளைப் பெற்றான். அவை முறையே தங்கம், வெள்ளி, இரும்பு ஆகிய உலோகங்களினால் செய்யப்பட்டு ஒரு பெரிய நகத்தையே தன்னுள் அடக்குவதாக இருந்தது. அவன் வச்சிரதமிஷ்ட்ரன், வீமகாயன், காளகூடன் ஆகிய அசுரர்களிடம் அந்தக் கோட்டையைக் கொடுத்தான். மேலும் சண்டன், பிரசண்டன் ஆகிய இரண்டு அசுரர்களைத் தோற்றுவித்து அவர்களிடம் சத்தியலோகம், வைகுந்தம் ஆகியவற்றை ஒப்படைத்தான். இப்படியாக அவன் எல்லா உலகங்களிலும் மனம்போன போக்கில் ஆட்சி செலுத்திவந்தான். தேவர்களைச் சிறைபிடித்து கொடுமை செய்தான், முனிவர்களை யாகம் செய்யவிடாமல் தடுத்தான்..

தேவர்களும், முனிவர்களும், பிரம்மா விஷ்ணு ஆகியோரிடம் முறையிட, அவர்கள் எங்களால் எதுவும் செய்ய முடியாது என்றனர். அப்போது வந்த நாரதர், அந்த அசுரன் விநாயகப் பெருமானின் பேரருள் பெற்ற அவனை ருத்திரன் மட்டுமே சமாளிக்க முடியும். இப்போது நீங்கள் அனைவருமே உங்கள் இடர் தீருவதற்கு ஆனைமுகனைப் பிரார்த்தனை செய்யுங்கள் என்று கூறி அவர்களுக்கு விநாயகரின் ஏகாட்சர மந்திரத்தை உபதேசித்தார்.

அவர்கள் விநாயகரை விநயத்தோடு பணிந்து அந்த மந்திரத்தை உச்சரித்து வந்ததன் பயனாக ஒருநாள் விநாயகர் தோன்றினார். தேவர்களே பலி அசுரன் மிகவும் கடுமையான தவத்தை மேற்கொண்டதால் அவனுக்கு கேட்ட வரத்தை அளித்தேன். அவனை அழிப்பதற்கு சிவபெருமான் ஒருவரால் மட்டுமே முடியும். நீங்கள் அவரிடம் சென்று முறையிடுங்கள், அதேநேரத்தில் நான் பலியின்அழிவிற்கான முன்னேற் பாடுகளைச் செய்கிறேன் என்று ஆறுதல் அளித்து மறைந்தார்.

கைலாசநாதனைத் தேடி தேவர்களும் முனிவர்களும் சென்ற நேரத்தில் ஒரு கிழப்பிராமண வடிவம் எடுத்துக் கொண்டு விநாயகப் பெருமான் பலியிடம் சென்றார். அவரை மிகுந்த மரியாதையோடு வரவேற்ற அவன் ஐயனே என்னைத் தேடி வந்த காரணம் என்ன? என்று கேட்டான்.

அசுரேந்திரனே! என் பெயர் கலாதரன், நான் எல்லா உலகங்களுக்கும் சென்று வந்திருக்கிறேன். அங்கெல்லாம் உன் புகழ் பரவி இருக்கிறது நன்றாக இரு. ஒரு முறை நான் கைலாயம் சென்றிருந்தபோது பார்வதி பரமேஸ்வரர் இருவரும் சிந்தாமணி விநாயகரைப் பூசித்ததைப் பார்த்தேன். அந்த விநாயகர் சகல வல்லமை பெற்றவர். அதைப் பார்த்ததும் நானும் அவரை ஆராதனை செய்து வழிபடவேண்டும் என்ற ஆவல் எழுந்தது.

இந்தக் காரியம் மூவுலகங்களிலும் ஆட்சி நடத்தும் உன்னைத் தவிர வேறுயாராலும் முடியாது. அந்த சிந்தாமணி விநாயகரை எனக்காகக் கொண்டு வந்து தரமுடியுமா? என்று கேட்டார்.

இதில் என்ன சந்தேகம்? நான் மூவுலகங்களையும் வென்றவன், பிரம்மாவும் விஷ்ணுவுமே என்னெதிரில் வருவதற்கு பயந்து மறைந்திருக்கிறார்கள். கவலை வேண்டாம். சிந்தாமணி விநாயகரை தேவர்களே எடுத்து வந்து உங்களிடம் கொடுக்குமாறு செய்கிறேன். அதுவரையில் என் அரண்மனையில் தங்கி இருங்கள் என்றுஆணவத்தோடு கூறினான்.

திரிபுரா நான் நகரத்தின் அருகில் தான் இருக்கிறேன், எப்போது வேண்டுமானாலும் வருவேன். சீக்கிரமாக என் கோரிக்கையை நிறைவேற்று என்று சொல்லி விட்டு கிழ பிராம்மணர் புறப்பட்டுச் சென்றார். இதே நேரத்தில் கைலாயம் சென்ற தேவர்கள் ஈசனைத்

தொழுது வணங்கி, கணநாதர் தங்களிடம் தெரிவித்ததை அவரிடம் விண்ணப்பம் செய்தனர். சிவபெருமான் பக்தி சிரத்தையோடு விநாயகப் பெருமானைத் தியானித்தார்.

அவரது முகத்தில் இருந்து பஞ்ச முகங்களோடு விநாயகர் தோன்றினார். மகேஸ்வரா பலி என்ற அசுரனை அழிப்பதற்கான அளவற்ற ஆற்றலை உமக்குத் தந்தோம் என அருள் செய்து மறைந்தார். உடனேதேவர்கள் அனைவரும் ஒன்று கூடி திரிபுரனோடு சிவபெருமான் யுத்தத்திற்குச் செல்வதற்கான பிரத்யேக ரதம் ஒன்றைத் தயாரிப்பதில் முனைந்தனர்.

சூரிய சந்திரர்கள் இருவரும் சக்கரங்களாக,நான்கு வேதங்களும் நான்கு குதிரைகளாக, பிரம்மன் ரத சாரதியாக வீற்றிருந்தார். மகாமேரு வில்லாகியது, விஷ்ணு பாணமானார். வாசுகிப்பாம்பு வில்லின் நாணாகியது. யமன், வாயு முதலான தேவர்கள் பலப்பல ஆயுதங்களாக உருமாறினர். தேரைக் கொண்டு வந்து கைலாயத்தில் நிறுத்தினர்.

அந்த நேரத்தில் பலி அனுப்பி வைத்த அசுரர்கள் கைலாயம் வந்து, தாங்கள் பூசிக்கும் சிந்தாமணி விநாயகரை அசுரேந்திரன் வாங்கி வரச் சொன்னார் என்று தெரிவித்தனர். இதைக் கேட்டதும் ஈசனுக்குக் கோபம் பொங்கியது. அவனுக்கு இத்தனை ஆணவம் வந்து விட்டதா? அப்படியானால் அழிவுக்காலம் நெருங்கிவிட்டது என்பதேபொருள். சிந்தாமணி விநாயகரைத் தர முடியாது, போரில் சந்திக்கிறேன் என்று அசுரனிடம் சொல்லுங்கள் என்றவாறே ஈசன் தேரில் ஏறினார்.

தேர் கிளம்பியது. ஆனால் அபசகுனம் போல சில அடிகள் சென்றதும் அச்சு முறிந்து விட்டது, அதனால் தேர் நின்றுவிட்டது. தேவர்கள் நிலைகுலைந்து விட்டனர். ஒரு கணம் கண்களை மூடி ஈசன் கஜானனைத் தியானித்தார். அவரை மறந்து விட்டு யுத்தத்திற்குப் புறப்பட்டதே இந்த தடைக்குக் காரணம் என்பது புரிந்தது.

இந்த விவரத்தை அனைவரிடமும் தெரிவித்தார். அவர்கள் அனைவரும் மூலப்பொருளான மூஷிக வாகனனை முழுமனத்தோடு தியானித்தனர். தேர் நல்ல நிலைக்கு வந்து போருக்குத் தயாரானது.

ஈசனைக் கண்டதும் அசுரன் திரிபுரங்களில் ஏறி மாயத்தோற்றங்கள் காட்டி போர் செய்தான். யுத்தம் பலநாட்கள் நீடித்தது. ஈசனால் வெல்ல முடியாதோ என்று தேவர்கள் அச்சம் கொண்டனர். அவர்கள்

அன்னை பராசக்தியிடம் முறையிட்டனர். பார்வதி தேவி அவர்களுக்கு ஆறுதல் சொல்லி விட்டு கணவரிடம் சென்று ஏன் இந்தத் தாமதம்? விளையாடியது போதும் அசுரனை சம்ஹாரம் செய்யுங்கள் என்றாள்.

புன்னகைத்த ஈசன் திரிபுரனின் பராக்கிரமம் வெளிப்பட வேண்டும் என்பதால் தான் சற்று நேரம் நீட்டித்தேன், அவன் அழியும்நேரம் வந்து விட்டது என்று சொல்லி, தனது அஸ்திரத்தினால் திரிபுரங்களைச் சாம்பலாக்கினார். அதில் இருந்த மூன்று தலைவர்களையும் அழித்தார்.

பிறகு கணநாதரைத் தியானித்து தனது சூலாயுதத்தை எடுத்து அசுரன் மீது வீசினார். இமைக்கும் நேரத்தில் திரிபுராசுரன் எரிந்து பஸ்மம் ஆனான். அவன் உடலில் இருந்து எழுந்த ஆன்மா பிரகாசத்தோடு வந்து ஈசன் திருவடியில் ஐக்கியமானது.

திரிபுரம் அழிந்தது கண்டு தேவர்கள் பூமாரி பொழிந்து ஆரவாரம் செய்தனர். ஈசனைப் பணிந்தனர், விநாயகரின் பெருங்கருணையை எண்ணித் துதித்தனர்.

இவ்வாறாக மும்மூர்த்திகளே மூலப் பரம்பொருளான விநாயகரை பூசித்து இருக்கிறார்கள் என்று நைமிசாரண்ய முனிவர்களுக்குச் சொன்ன சூதமாமுனிவர், உலகம் யாவும் படைத்துக் காத்த அந்த பராசக்தியே அவரை விரதம் இருந்து வழிபட்டிருக்கிறாள். அப்படிப்பட்ட பெருமை கொண்டவர் நம் விநாயகப் பெருமான் என்றார். ஐயனே அந்த சரிதத்தை எங்களுக்குக் கூறி அருளுங்கள் என்று முனிவர்கள் ஆவலோடு கேட்க அவரும் சொல்லத் தொடங்கினார்.

❀❀❀

14. அம்பிகை பூசித்த ஐங்கரன்

ஒரு முறை தட்சப் பிரஜாபதியின் மகளாக தாட்சாயணி என்ற பெயரில் அவதரித்த உமாதேவி தவம் செய்து மகேஸ்வரனை மணந்து கொண்டாள். கைலாசநாதன் தன்னை அவமதிப்பதாக எண்ணிய தட்சன் ஈசனை வெறுத்தான், அவரை மதிக்காமல் நடந்தான். மருமகனை மதிக்காமல் அவரை அழைக்காமல் ஒரு யாகம் செய்தான்.

அது தவறு என்பதை அறிந்த உமாதேவி, உள்ளம் குமுறினாள். தந்தையிடம் நியாயம் கேட்கச்சென்றாள். ஆனால் அவளைப் பார்த்து தட்சன் உன்னை யார் இங்கு வரச்சொன்னது? அழையாத விருந்தாளியாக ஏன் வந்தாய் என்று கேட்டு அவமானப்படுத்தினான். அதோடு சிவநிந்தனையும் செய்தான்.

இதனைப் பொறுக்க முடியாத தாட்சாயணி யாகம் அழியட்டும் எனச் சாபமிட்டாள். கணவரிடமே திரும்பிச் சென்று அழுதாள். கோபம் கொண்ட ஈசன் வீரபத்திரனை அனுப்பி யாகத்தை அழித்தார். அவன் தலையையும் அறுத்தார். தேவர்களின் வேண்டுகோளுக்கு இணங்கி இறந்த தேவர்களை உயிர்ப்பித்தார். அங்கிருந்த ஆட்டின் தலையை தக்கனுக்குப் பொருத்தி உயிர் கொடுத்தார்.

மகாதேவனின் வார்த்தைகளை மதியாமல் போய் அவமானப்பட்ட அம்பிகை, தட்சனுக்கு மகளாக இருப்பதை வெறுத்தாள் அந்த உடலை அழிக்க யோகத்தீயினுள் பாய்ந்து மறைந்தாள்.

பர்வதராஜன் வெகுகாலமாக உமாமகேஸ்வரியை மகளாக அடையத் தவம் இருந்தான். அதனால் ஈசனின் கட்டளைப்படி தேவி பூலோகத்தில் பர்வதராஜனின் மகளாக பார்வதி என்ற பெயரோடு தோன்றினாள். ஈசன் மீது பெருவிருப்பம் கொண்ட அவள், கங்கை அவரை கணவராக அடைவதற்கு முன்னால் தான் அவருடன் கலக்க முடிவு செய்தாள். அதற்கு என்ன தவம் செய்ய வேண்டும் என்று தந்தையைக் கேட்டாள்.

மகளே மனதில் எண்ணியதை உடனே நிறைவேற்றி வைக்கின்ற ஒரே விரதம் இருக்கிறது. அதன் பெயர் சதுர்த்தி விரதம். விநாயகப் பெருமானை நினைந்து அனுஷ்டிக்கப்படும் அந்த விரதம் சகல சௌபாக்கியங்களையும் அளிக்க வல்லது, எதையும் நிறைவேற்றித் தரவல்லது. அந்த விரதத்தை நீயும் கடைப்பிடித்தால் ஈசனை மாலை சூடுவது மிக எளிதாகும் என்றான்.

தந்தையே அந்த விரதம் குறித்து சொல்லுங்கள் என்று பார்வதி கேட்க பர்வதராஜன் சொல்லத் தொடங்கினான். மகளே! ஆவணி மாதம் பூர்வ பட்சத்தில் வரும் சதுர்த்தி அன்று ஆரம்பித்து, புரட்டாசி மாதம் சுக்ல பட்சத்து சதுர்த்தி வரையில் இந்த விரதத்தைக் கடைப்பிடிக்க வேண்டும். இந்த விரதத்தை ஆரம்பித்த தினத்தில் இருந்து முடிக்கின்ற நாள்வரையில் தினந்தோறும் ஆனைமுகனை விதிமுறைப்படி பூசிக்க வேண்டும்.

விநாயகர் சதுர்த்தி விரதத்தை தொடங்குகின்ற நாளில் அதிகாலை எழுந்து காலைக்கடன்களை முடித்துக் கொண்டு தலைக்கு ஸ்நானம் செய்ய வேண்டும். பிறகு பூசை அறையில் விளக்கேற்றி ஒரு இடத்தில் மெழுகி கோலமிட்டு அதன் மேல் மரப்பலகை ஒன்றை வைத்து அதற்கு மேல் கோலமிடவேண்டும். பிறகு பலகையின் மீது ஒரு தாம்பாளத்தையோ அல்லது வாழை இலையோ பரப்பி சிறிது பச்சரிசியைப் பரப்ப வேண்டும்.

இரண்டு நாட்களில் வாழை இலை வாடிவிடும் என்பதால் பித்தளை தாம்பாளமே சிறந்தது. பிறகு நூல் சுற்றி அலங்காரம் செய்யப்பட்ட

கலசத்தில் சுத்தமான நீரை நிரப்பி அதன் மேல் மாவிலையைச் செருகி, அதனோடு தேங்காயை வைத்து பூரண கும்பத்தை தாம்பாளத்தில் வைத்திருக்கும் அரிசியின் மீது வைக்க வேண்டும்.

இவ்வாறு கும்பத்தை ஏற்பாடு செய்து கொண்டு அதன் அருகே மண்ணால் ஆன பிள்ளையார் சிலை ஒன்றையும், உலோகத்தினால் ஆன பிள்ளையார் சிலை ஒன்றையும் வைக்க வேண்டும்.

தினமும் விநாயகருக்கு அறுகம்புல் சாத்தி, ஓம் கணேசாய நம என்ற மந்திரத்தை ஆயிரத்தெட்டு முறை ஜெபிக்க வேண்டும். நாள்முழுவதுமே உலக விவகாரங்களில் அதிகம் ஈடுபடாமல் இறைச் சிந்தனையிலேயே இருப்பது அவசியம். தவ முனிவர்கள் இந்த விரதம் ஆரம்பிக்கும் நாள் தொடங்கி முடியும் வரையில் சுத்த உபவாசம் இருப்பது வழக்கம். மற்றவர்கள் கொஞ்சம் பால், பழம், அவல் போன்றவற்றைச் சாப்பிடலாம். அதுவும் முடியாதவர்கள் விரதம் தொடங்குகின்ற நாளன்று பிள்ளையாருக்கு பூசை செய்து முடிக்கும் வரையில் விரதம் இருக்க வேண்டும்.

தினமும் பிள்ளையாருக்கு பூசை செய்து முடித்தபிறகு சுமங்கலிப் பெண்களுக்கு பூ, மஞ்சள், குங்குமம் ஆகிய மங்கலப் பொருட்களையும், ஏழைகளுக்கு பசியாறுவதற்கு உணவையும் தருதல் அவசியம். இவ்வாறு புரட்டாசி மாத சுக்லபட்ச சதுர்த்தி நாள் வரையில் விரதம் கடைப்பிடித்து அதற்கு மறுநாள் அதுவரையில் பூசித்த மண்ணால் ஆன விநாயகர் சிலையை மேளதாளங்களோடு எடுத்துச் சென்று ஆற்றிலோ அல்லது குளத்திலோ விட்டு விட வேண்டும். அன்று உற்றார் உறவினர் ஏழைபாழைகள் அனைவரையும் அழைத்து அன்னதானம் செய்து அவர்களோடு தானும் அமர்ந்து ஒன்றாக உண்ண வேண்டும்.

விரதங்கள் எல்லாவற்றிலும் சிறந்ததான இந்த சதுர்த்தி விரதத்தை ஒருவர் அனுஷ்டித்தால் அவரது எண்ணங்கள் யாவும் ஈடேறும். ஆகவே பார்வதி நீ இந்த விரதத்தைக் கடைப்பிடித்து சங்கரனை மணவாளனாக அடையும் பேறு பெறுவாய். இந்த விரதத்தை முதல் முதலாக சுப்பிரமணியனுக்கு பரமேஸ்வரன் சொன்னார். இதன் பயனால்தான் முருகப்பெருமான் தாரகனை வதம் செய்தார் என்று சதுர்த்திவிரதத்தின் மகிமையை பர்வத ராஜன் மகளுக்கு எடுத்துச் சொன்னான்.

அவளும் அவ்வாறே சதுர்த்தி விரதத்தை கடைப்பிடித்து அதன் பயனாக பரமனையே மணாளனாக அடைந்து இன்புற்றாள் என்று சூத

முனிவர் நைமிசாரண்ய முனிவர்களுக்கு சதுர்த்தி விரத மகிமையை எடுத்துக் கூறினார்.

முனிசிரேஷ்டரே இந்த விரதத்தை அனுஷ்டித்து பலன் பெற்றவர்கள் வேறு யாரேனும் உண்டா? என்று முனிவர்கள் கேட்க சூத முனிவர் அது குறித்து சொல்ல ஆரம்பித்தார்.

ஒரு காலத்தில் நிடத நாட்டை ஆண்ட நளமகாராஜன் கலிபுருஷனால் அளவுகடந்த துன்பங்களை அனுபவித்தபோது முனிவர்களின் ஆலோசனைப்படி இந்த சதுர்த்தி விரதத்தை அவனும் அவன் மனைவியான தமயந்தியும் கடைபிடித்தனர். அதன் பயனாக விநாயகரின் கருணாகடாட்சத்தைப் பெற்று கலியினால் வந்த துன்பம் நீங்கினர். மேலும் இகத்திலும் பரத்திலும் உயரிய இன்பத்தை அடைந்தனர்.

மாளவதேசத்தில் கன்ன நகரத்து அரசன் சந்திராங்கதன் அழகும் வீரமும் கைவரப்பெற்றவன். அவன் மனைவி இந்துமதி அழகும் பக்தியும் நிரம்பியவள். இவர்கள் வாழ்வில் ஒரு சோதனை ஏற்பட்டது. ஒருமுறை இந்த சந்திராங்கதனை நாக கன்னியர்கள் தங்கள் நாகலோகத்திற்கு அழைத்துச் சென்று சிறைவைத்தனர்.

தங்களை மணந்துகொண்டு இன்புறுமாறு வேண்டுகோள் விடுத்தனர். நான் என் மனைவியைத் தவிர மற்ற பெண்களை சகோதரியாகவும் தாயாகவும் நினைக்கிறேன் என்று மறுத்து என்னை பூலோகம் செல்ல அனுமதியுங்கள் என்று அவர்களிடம் தெரிவித்தான் சந்திராங்கதன். அவர்கள் என்றாவது ஒருநாள் அவன் மாறுவான் என்று நினைத்து தங்கள் அரண்மனையிலேயே காவலில் வைத்திருந்தனர்.

இந்த நிலையில் தன் கணவன் என்ன ஆனான் என்பது தெரியாமல் கவலைப்பட்டு மெலிந்த இந்துமதியை ஒருநாள் நாரத முனிவர் சந்தித்தார். அவரிடம் தன் சோகத்தைத் தெரிவித்தாள் இந்துமதி. ஞான திருஷ்டியினால் உண்மை அறிந்த அவர் நாககன்னியர்கள் உன் மணாளனைப் பிடித்து வைத்திருக்கிறார்கள்.

நாகலோகத்தில் இருந்து அவனை பூலோகம் கொண்டுவர ஒரே வழி நீ எல்லாம் வல்ல விநாயகப்பெருமானை வழிபட்டு சதுர்த்திவிரதம் இருப்பது தான் என்றார். அவளும் கார்மேகம் கண்ட மயிலைப்போல மகிழ்ச்சி அடைந்தாள். சதுர்த்தி விரதத்தை மிகக் கடுமையாகக் கடைபிடித்தாள். அதன் பயனாக நாகலோகத்தில் இருந்த நாக

கன்னியர் உள்ளத்தில் இரக்கம் பிறந்தது. அவர்கள் சந்திரகாந்தனை ஏராளமான பொன்னும் மணியும் கொடுத்து நீ பூலோகம் சென்று உன் மனைவியோடு இனிய இல்லறம் நடத்து என்று ஆசி கூறி அனுப்பிவைத்தனர். அவன் இந்துமதியோடு பலகாலம் இன்பமாக வாழ்ந்தான்.

இவ்வாறு அதிக எண்ணிக்கையில் இந்த சதுர்த்தி விரதத்தை அனுஷ்டித்து பலரும் பயன் அடைந்திருக்கிறார்கள் என்ற சூத முனிவர் அவர்களுக்கு மன்மதனுக்கு அருள்செய்த மகாகணபதியின் கருணையைச் சொன்னார்.

❋❋❋

15. அனங்கனுக்கு அருள்செய்த ஆனைமுகன்

தாருகன் என்ற அசுரன் சிவபெருமானை நோக்கித் தவம் செய்து அவரிடமிருந்து 108 யுகங்கள் அரசாளும் வரம் பெற்றான். தேவலோகத்தை தன்வசமாக்கிக் கொண்டான். தேவர்களைச் சிறையில் வைத்தான். அவனது கொடுங்கோன்மையைத் தாங்க முடியாத தேவர்கள் கைலாசநாதரிடம் முறையிடச் சென்றனர்.

தாருகனை வதம் செய்ய வேண்டுமானால் சிவபெருமானுக்குப் பிறக்கும் மகனால் தான் முடியும். ஆனால் அவரோ ஆழ்ந்த தவத்தில் இருந்தார், தேவர்கள் தவித்தனர்.

வேறுவழியில்லாத நிலையில் அவரது தவத்தைக் கலைக்கவும், பார்வதி தேவியின்மீது ஈசனின் காதல் பார்வை படவும், மன்மதனை அனுப்பினர். பயந்து கொண்டே சென்ற அவன் தவத்தில் இருந்த சிவபெருமான் மீது மலரம்புகளை எய்தான். ஈசனின் தவம் கலைய, தன்னுடைய தவத்தைக் கலைத்தது யார் என்று கோபத்தோடு பார்க்க அவரது நெற்றிக் கண்ணில் இருந்து வெளிப்பட்ட நெருப்பு மன்மதனை அழித்து சாம்பலாக்கியது.

இந்திரன் முதலான தேவர்கள் அங்கு வந்து நடந்தவற்றைக் கூறி மன்னிப்பு வேண்டினர். தங்கள் மூலம் ஒரு புத்திரன் உதித்தால் தான்

தேவருலகம் நல்லகதி அடையும் என்று வேண்டினர். சம்மதித்தார் ஈசன். தன் கணவனை இழந்த ரதி மகேசனின் மலரடிகளில் விழுந்து கதறினாள். கலங்காதே அவன் உன் கண்களுக்கு மட்டும் தெரிவான் என்று வரம் கொடுத்தார். மன்மதன் அங்கமாகிய உடலை இழந்தான் அதனால் அனங்கன் என்ற பெயரைப் பெற்றான்.

அறுபதினாயிரம் வருடங்கள் ஓடின, தேவர்கள் பொறுமை இழந்து கைலாசபதியிடம் மீண்டும் மகனைத் தாருங்கள் என விண்ணப்பிக்கச் சென்றனர். அவர்களது கருத்தை அறிந்த ஈசன் தனது வீரியத்தை பார்வதியிடம் கொடுத்தார், அவள் அதை அக்கினி தேவனிடம் ஈந்தாள். அவனால் பரமேஸ்வரனின் வீரிய வெப்பத்தைத் தாங்க முடியாமல் கங்கை நதியில் சரவணப் பொய்கையில் விட்டான். அது ஒரு குழந்தையாக மாறியது, கார்த்திகைப் பெண்கள் அதற்கு முலைப்பால் கொடுத்து வளர்த்தனர்.

சரவணப் பொய்கையில் அவதரித்த சரவணன், நாளொரு மேனியும் பொழுதொரு வண்ணமுமாக வளர்ந்தான். தேவர்கள் அவனது அவதார நோக்கத்தை நினைவுபடுத்தினர். சரவணரும் கானகம் சென்று விநாயகப் பெருமானின் ஷடாட்சர மந்திரத்தை ஜெபித்தார் உடனே அவர் முன்னால் கற்பக விநாயகர் தரிசனம் தந்தார்.

ஈசனின் மகனே உனக்கு தாருகனை வெல்வதற்கான சகல வல்லமையும் தந்தோம். நான் ஏறிவரும் மயிலானது இன்று முதல் உனக்கு வாகனமாகட்டும், என்றுசொல்லிச் சென்றார். சரவணப்பெருமாளும் அந்த இடத்தில் விக்கினராஜரின் சிலையை பிரதிஷ்டை செய்து அறுபதினாயிரம் அறுகுகொண்டு அர்ச்சித்தார். அந்தத் தலம் மயூரேசம் என்றும்அவர் வழிபட்ட விநாயகர் இலக்க விநாயகர் என்றும் பெயர் ஏற்பட்டது. பிறகு தகுந்த ஆயுதங்களோடு மயிலேறிப் போருக்குப் புறப்பட்ட சரவணப்பெருமாள் தாருகனை வதம் செய்து வெற்றிவாகை சூடினார்.

மயிலேறிய கந்தனுக்கு இவ்வாறு அருள் செய்த விநாயகர் மன்மதனுக்கு அருள் செய்தார் அந்த வரலாற்றைக் கூறுகிறேன்.

மன்மதனைத் தனது நெற்றிக்கண்ணால் எரித்த ஈசன் அவன் மீது அனுதாபம் கொண்டு, மன்மதா! நீ எல்லாம் வல்ல விநாயகப் பெருமானை தியானம்செய்து வா, சகல ஆற்றலும் வரும் என்று

சொல்லி அவனுக்கு விநாயகரின் ஏகாட்சர மந்திரத்தை உபதேசித்தார். அவனும் ரதியும் சரவணப் பெருமாள் பிரதிஷ்டை செய்த கற்பக விநாயகர் ஆலயம் சென்று அவரை வழிபட்டனர். மன்மதன் மந்திரத்தை மிகவும் சிரத்தையோடு உச்சரித்து கணபதியை வழிபட்டு வந்தான்.

ஒருநாள் அவனெதிரில் தோன்றிய கணநாதர், விரைவில் உன் சுயஉருவத்தை அடைவாய். ஸ்ரீமன் கிருஷ்ணராக அவதரிக்கும் போது நீ அவரது மகன் பிரத்தியும்னனாகப் பிறப்பாய். அப்போது உனது சுய உருவத்தை அடைவாய், ரதிதேவியைக் கரம் பிடிப்பாய் என்று சொல்லி மறைந்தார்.

அவ்வாறே ஸ்ரீகிருஷ்ணர் அவதரித்து ருக்மணியை மணந்தபோது அவர்கள் இருவருக்கும் மன்மதன் பிரத்தியும்னன் என்ற பெயரில் மகனாகப் பிறந்தான். அவன் அழகில் மயங்காதவர்கள் யாருமே இல்லை. இப்படியிருக்கும் போது ரதி தேவி மன்மதனை விட்டுத் தனியாக இருப்பதை அறிந்த சம்பரன் என்ற அசுரன், அவளைத் திருமணம் செய்து கொள்ள விருப்பம் கொண்டான். அவளைப் பலவந்தமாகத் தூக்கிக் கொண்டு ஆகாயமார்க்கமாக வரும் போது அவன் பிடியில் இருந்து தப்பிய ரதி கடலில் விழுந்தாள்.

சம்பரன் அவளை விட்டுவிட மனம் இல்லாமல் கடலையே கலக்கி தேடினான். ஆனால் அவள் சிக்கவில்லை. அவளை மிகப் பெரிய மீன் ஒன்று விழுங்கியது. இதை அறியாத சம்பரன் ஏமாற்றத்தோடு அரண்மனைக்குத் திரும்பி வந்தான்.

ரதியை விழுங்கிய மீன் ஒரு செம்படவன் வலையில் சிக்கியது. மிகப் பெரிய அந்த மீனை அவன் அரசனுக்குக் காணிக்கையாகத் தந்து விட்டான். அந்த மீனை அறுத்தபோது அதற்குள் மிக அழகான இருப்பதைக் கண்டான். இப்படியாக ரதி மீண்டும் சம்பராசுரனின் அரண்மனைக்கே வந்து விட்டாள். அதை அறியாத சம்பரன் அவளைத் தனது மகளாகக் கருதி வளர்த்தான்.

நாரதர் மூலமாக ரதிதேவி சம்பராசுரனுடைய அரண்மனையில் வளர்வதை அறிந்த பிரத்தியும்னன் அவளை அடைவதற்காக சம்பரனுடன் போர் செய்தான். பலநாட்கள் போரிட்டபோதிலும் வெற்றி கிடைக்கவில்லை. போர் நீண்டது. ருக்மணி மிகவும் துக்கம் அடைந்தாள். பிள்ளைக்கு போரில் வெற்றி கிடைக்கவேண்டும்

என்று நினைத்து விநாயகப் பெருமானை வழிபட்டு சதுர்த்தி விரதம் அனுஷ்டித்தாள்.

ஆறாவது நாள் நிலைமை மாறியது, விநாயகப்பெருமானது ஆசியால் பிரத்தியும்னன் வலிமை பெற்றான். சம்பரனைக் கொன்றான். ரதியை மீட்டுத் திருமணம் செய்து கொண்டான். இவ்வாறு மன்மதனுக்கு மகாகணபதி அருள் செய்த வைபவத்தைச் சொன்ன சூதமாமுனிவர் இப்போது ஆதிசேஷன் கர்வத்தை அடக்கிய கதையைச் சொல்கிறேன், கேளுங்கள் என்று அதைச் சொல்ல ஆரம்பித்தார்.

❀❀❀

16. ஆயிரம் பிளவும் ஆயிரம் தலைகளும்

கைலாயநாதனைத் தரிசிக்க தினமும் ஆயிரமாயிரம் தேவர்களும் முனிவர்களும் வருவது வழக்கம். ஒருநாள் அவர்கள் தலை வணங்கி தேவாதிதேவனை வழிபட்டபோது யாரோ கலகலவெனச் சிரிக்கும் சத்தம் அடிக்கடி கேட்டது.

யார் இப்படி மரியாதை இல்லாமல் சிரிப்பது என்று பரமனுக்குக் கோபம் வந்தது, சுற்றிப் பார்த்தார். அவரது ஜடாமகுடத்தின் மீது படர்ந்திருந்த ஆதிசேஷனே அப்படிச் சிரித்தான் என்பது தெரிந்தது. அவருக்கு அதற்கான காரணமும் புரிந்தது.

அரமகாதேவனை பணிகின்றவர்கள் தன்னையும் சேர்த்து தொழுது தலைவணங்குகிறார்கள் என்ற அசட்டு எண்ணம் ஏற்படுத்திய ஆணவத்தினால் வந்த சிரிப்பு என்பதை அறிந்தார் அவர். உடனே தனது முடியில் இருந்த நாகராஜனை எடுத்து தரையில் வீசி எறிந்தார். அந்த வேகம் தாங்காமல் அவனது தலை ஆயிரம் பிளவுகளாகச் சிதறுண்டது.

ஆணவம் அடங்க அச்சம் மேலோங்க ஐயனே மன்னியுங்கள் என்ற நாகராஜன் ‘ஓம் நமசிவாய’ என்று சொல்லி அவரைத்

துதித்து வணங்கினான். இதனால் சினம் தணிந்த சிவபெருமான், உன் ஆணவத்தினால் இந்தக்கதி நேர்ந்தது, உன் பாவம் நீங்க ஐங்கரனை சதுர்த்தி விரதம் இருந்து வழிபடு என்று சொல்லி அனுப்பி வைத்தார்.

அவனும் பக்தியோடு சதுர்த்தி விரதம் அனுஷ்டித்தான், அதற்கு மகிழ்ந்த ஆனைமுகன் தரிசனம் கொடுத்தார். கர்வத்தினால் உனக்கு ஏற்பட்ட பாவம் நீங்கியது, ஆயிரம் பிளவுகளாகத் தெறித்தவை ஆயிரம் தலைகளாகட்டும். அதோடு நான் உன்னை ஆபரணமாகவும் அணிந்து கொள்கிறேன் என்று சொல்லி அவனை எடுத்து தனது வயிற்றைச் சுற்றி உதரபந்தமாக அணிந்து பெருமை செய்தார். ஆதிசேஷனின் மற்றொரு அம்சத்தை பழையபடி ஈசனின் திருமுடிமேல் வீற்றிருக்கவும் அருள்புரிந்தார்.

இவ்வாறு ஆனைமுகனை வழிபட்டு பலன் அடைந்தவர்கள் பலர், சந்திரன் கூட ஒருமுறை சதுர்த்தி தினத்தன்று போதாத காலத்தினால் வேழமுகனைக் கேலி செய்தான். அதனால் சாபத்திற்கு ஆளானான். கலைகளை இழந்தான், பிரகாசம் குன்றினான். மனம் வருந்திய சந்திரன் வேழமுகனை வேண்டித் துதித்து மன்னிப்பு வேண்டினான்.

அவரும் சந்திரனை மன்னித்தார், உன்னை மன்னித்ததற்கு அடையாளமாக உன் பிறையை என் தலையில் சூடிக் கொள்கிறேன் என்று சொல்லி அவ்விதமாகக் காட்சி அளித்தார். அதனால் அவருக்கு பாலச்சந்திர விநாயகர் என்ற பெயரும் ஏற்பட்டது என்று தேவர்களும் மற்றும் பலரும் விநாயகப் பெருமானின் சதுர்த்தி விரதம் அனுஷ்டித்து அடைந்த பலன்களை விளக்கிய சூத முனிரைப் பார்த்து மற்ற முனிவர்கள் ஐயனே! கேட்கத் திகட்டாத கஜராஜனின் பெருமைகளை மேலும் சொல்ல வேண்டும் என்று ஆவலோடு கேட்டனர்.

சூதமா முனிவர் அருகம்புல்லின் மகிமை பற்றி கூறத் தொடங்கினார். இந்த விவரங்களை கவுண்டன்ய மகரிஷி தன் மனைவியான ஆசிரியை என்பவளுக்குக் கூறினார். அவர் தினமும் ஆயிரம் அருகு கொண்டு விநாயகரை வழிபடும் வழக்கமுள்ளவர்.

***

17. ஆனையின் பசிக்கு அருகம்புல்லா?

ஒரு நாள் ஜனகமகாராஜன் சபைக்கு நாரத முனிவர் விஜயம் செய்தார். அகம் பிரம்மம் நானே கடவுள் என்ற எண்ணம் கொண்ட அவர், நான் வேறு, நாரதர் வேறு அல்ல, அவரும் நானும் ஒன்றே என்ற முடிவுக்கு வந்தார். அந்தக் காரணத்தினால் ஜனகர் தன்னைத் தேடி வந்த நாரதரை மரியாதையோடு வரவேற்காமல் சற்று அலட்சியமாக இருந்து விட்டார்.

இதனால் மனம் வருந்திய நாரதர் நேராக கவுண்டன்ய மகரிஷியைச் சந்தித்து, அவர் தினமும் வழிபடும் விநாயகரிடம் தன் மனக்குமுறலை வெளிப்படுத்தினார். ஜனகரின் அறியாமையைப் போக்க எண்ணிய விநாயகப் பெருமான் கடுமையான நோய் தாக்கிய ஒரு ஏழை பிராம்மணனைப் போல வடிவம் தாங்கி ஜனகருடைய அரண்மனைக்குச் சென்று அவரைச் சந்தித்தார்.

அவரைப் பார்த்த ஜனகர் உமக்கு என்ன வேண்டும் தருகிறேன் என்றார். நான் பசியாற சாப்பிட்டு பலநாட்கள் ஆகிறது. ஆகவே உயிர் போகும் நிலையில் இருக்கிறேன். எனது வயிறார சாப்பாடு போட்டால் போதும் என்றார் அந்தணர்.

உடனே சமையல்காரர்களை அழைத்து இவருக்கு திருப்தி ஏற்படும் வகையில் விருந்து அளியுங்கள் என்றான். அவர்களும் தலைவாழை

இலைபோட்டு வகைவகையான உணவுகளைப் பரிமாறினார்கள். அந்தப் பிராம்மணர் சாப்பிட்டுக்கொண்டே இருந்தார். அரண்மனையில் அன்று சமைத்த அத்தனை உணவையும் வைத்தனர், அவைகளையும் அவர் சாப்பிட்டு விட்டு பசியாக இருக்கிறது கொண்டு வாருங்கள் என்றார்.

அவர்களும் மேலும் சமைத்துப்போட்டுக் கொண்டே இருந்தனர், அவரும் சாப்பிட்டு தீர்த்தார். அரசனுக்குச் செய்தி தெரிவிக்கப்பட்டது. ஜனகர் ஆச்சரியத்தோடு அங்கே வந்தார். அதற்குள் அரசனுடைய களஞ்சியத்தில் இருந்த அத்தனை தானியங்களும், போதாது என்று ஊரில் இருப்பவர்களின் வீடுகளிலும் கேட்டு உணவுப் பொருட்களை வாங்கி வந்து அவருக்குப் படைத்தனர். அத்தனையையும் ஒரு நொடியில் காலியாக்கிய அந்தணர், இவ்வளவுதானா? இன்னும் எனது பசி தீரவில்லை, கொண்டு வாருங்கள் என்றார்.

பதறிப்போன மன்னன் அவரிடம் மன்னிப்புக் கோரும் விதமாக பெரியவரே! இனிமேல் கொடுப்பதற்கு நாட்டிலேயே உணவுப்பொருட்கள் இல்லை என்றார்.

அந்தண உருவத்தில் வந்த ஆனைமுகன் கலகலவென்று சிரித்தார், பகவான் வேறு நான் வேறு இல்லை, நானே கடவுள் என்று நினைத்தாயே! ஆனால் இப்போது எனது பசியைத் தீர்க்க முடியாமல் திணறுகிறாயே என்று சொல்லிவிட்டு அவனது பதிலுக்குக் காத்திராமல் வெளியே சென்று விட்டார்.

நேராக அவர் அந்த ஊரில் வசித்த திரிசரண் என்ற ஏழை பிராம்மணருடைய வீட்டுக்குச் சென்றார். திரிசரணும் அவனுடைய மனைவியும் அந்தண உருவத்தில் வந்த விநாயகரை வரவேற்று பாதபூசை செய்து நமஸ்கரித்தனர்.

அவனைப் பார்த்த விநாயகர், திரிசரா! எனக்கு மிகவும் பசி எடுத்தால் ஜனக மகாராஜன் அரண்மனைக்குச் சென்றேன். அவர் எனக்குப் போதிய உணவு கொடுக்கவில்லை. அவர் தந்த சிறிதளவு உணவு எனது பசியை மேலும் அதிகப்படுத்தி விட்டது. ஆகவே எனது பசியைப் போக்க ஏதாவது ஆகாரம் கொடு என்று கேட்டார்.

இதைக் கேட்டு திரிசரணும் அவனது மனைவியும் அரண்டு போனார்கள். பெரியவரே! அரசராலேயே தீர்க்க முடியாத உமது

பசியை இந்த ஏழை பிராம்மணனால் தீர்க்க முடியுமா? நான் உஞ்ச விருத்தி செய்து பெற்ற சொற்பப் பொருட்கள் யாவும் தீர்ந்து விட்டது. இப்போது உணவே இல்லை, மிச்சம் இருப்பது அதோ தெரிகிறதே அந்த அருகம்புல், அது ஒன்று தான் என்று சொல்லி திரிசரண் அதை சுட்டிக் காண்பித்தான்.

புன்னகை செய்த பெரியவர் பரவாயில்லை, அந்தப் புல்லை எடுத்துவா என்றார். திரிசரண் மனைவி பக்தியோடு அதை எடுத்துவந்து அவரிடம் கொடுத்தாள். அதை விருப்பத்தோடு அந்தணர் சாப்பிட அவரது பசி அடங்கியது. திரிசரணுடைய ஏழ்மை நிலை மாறியது. பொன்னும் பொருளும் குவிந்தன. அந்த ஊரில் அவருக்கு உணவு கொடுத்த அரண்மனையிலும், அத்தனை வீடுகளிலும் செல்வம் பெருகியது.

வந்திருப்பவர் விநாயகரே என்பதை அறிந்து திரிசரணும் அவனது மனைவியும் அவரது பாதங்களில் விழுந்து வணங்கினர். வேழ முகத்தோன் அவர்களுக்குச் சுய உருவத்தில் தரிசனம் கொடுத்தார்.

இந்தக் கதையை தன் கணவர் கவுண்டன்யர் சொல்லக் கேட்ட ஆசிரியை நாதா ஒரு அருகம்புல்லுக்கே அவர்களுடைய வீடுகள் பொன்னாலும் செல்வத்தினாலும் நிறைந்தன. ஆனால் நாமோ தினமும் ஆயிரம் அருகு சாத்தி ஆனைமுகனை வழிபடுகிறோமே என்றாலும் நமது நிலைமை உயரவில்லையே என்று வருத்தத்தோடு தெரிவித்தாள்.

கவுண்டன்ய மகிரிஷி ஒரு கணம் வருந்தினார், மனைவியைப் பார்த்து நான் மீண்டும் பிறவி வேண்டாம் என்ற குறிக்கோள் கொண்டு விநாயகப் பெருமானை ஆயிரம் அருகு கொண்டு அர்ச்சனை செய்கிறேன். ஆனால் நீயோ பொன்னும் மணியும் கிடைக்கவில்லையே என்று கவலைப்படுகிறாய். நீ இந்த அருகின் பெருமையை அறிய வேண்டுமானால் இதைச் செய் என்று சொல்லி மனைவியிடம் விநாயகரை அர்ச்சனை செய்த ஒரு அருகம்புல்லை கொடுத்து இதை கொண்டுபோய் தேவேந்திரனிடம் கொடுத்து இதன் எடைக்கு சமமான பொன்னைப் பெற்றுவா என்று அனுப்பி வைத்தார்.

அவள் அப்படியே சென்று தேவேந்திரனிடம் தெரிவித்தாள், அவன் அவளை குபேரனிடம் அனுப்பி வைத்தான். முனிபத்தினியை வரவேற்ற குபேரன் தராசின் ஒரு தட்டில் ஒரு பொற்கட்டியை வைத்து மற்றொரு

தட்டில் அருகம்புல்லை வைத்தான். ஆச்சரியப்படும் விதமாக அருகம்புல் வைத்த தட்டு தாழ்வாக இருந்தது.

குபேரன் மறுதட்டில் கொஞ்சம் கொஞ்சமாக பொன்னும் மணியும் வைத்தான் ஆனாலும் தட்டு சமம் ஆகவில்லை. குபேரன் தனதுகளஞ் சியத்தில் இருந்த அனைத்து செல்வத்தையும் தட்டில் கொண்டு வந்து கொட்டியபோதிலும் அருகம்புல் தட்டு தாழவே இருந்தது. மும்மூர்த்திகளையும் தியானம் செய்த குபேரன் செல்வம் குவித்திருந்த தட்டில் தானும் ஏறி அமர்ந்தான். அப்போதும் தராசு சமநிலைக்கு வரவில்லை.

கண்களை மூடி விநாயகரைத் தியானித்த குபேரன், முனி பத்தினியைப் பார்த்து, அம்மா இது மூலமுதற் பொருளான விநாயகரை அர்ச்சித்த அருகு. இதற்கு நிகரானது ஈரேழு பதினான்கு லோகங்களிலும் இல்லை என்று சொன்னான். அப்போது தான் முனிவரின் மனைவிக்கு அருகம்புல்லின் அசாத்திய மகிமை புரிந்தது.

அருகம்புல் கிடைக்காதபோது வேறு எதைக் கொண்டு விநாயகரை அர்ச்சிப்பது? என்று ஒரு முனிவர் கேட்டார். இதே கேள்வியை ஆயிரம் கரங்கள் கொண்ட கார்த்தவீரியனின் தந்தை நான்முகனிடம் கேட்டார். பிரம்மதேவன் சொன்ன விவரத்தை இப்போது உங்களுக்குச் சொல்கிறேன் என்ற சூத முனிவர் அவற்றை நைமிசாரண்ய முனிவர்களை நோக்கிச் சொல்ல ஆரம்பித்தார்.

18. வன்னி இலையின் வல்லமை

அருகம்புல் கிடைக்காதபோது வன்னிபத்திரமும் மந்தார மலரும் கொண்டு விநாயகரை அர்ச்சித்து வழிபடலாம். வன்னி இலையால் அர்ச்சித்தாலும் அருகம்புல் கொண்டு அர்ச்சித்த பலன் தவறாமல் கிடைக்கும்.

அதேயம் என்ற நகரம் விதர்ப்ப தேசத்தில் இருந்தது. அங்கே காட்டு வழியில் வீமன் என்ற வேடன் வழிப்பறி செய்து கொள்ளை அடித்து வாழ்ந்தான். ஒரு சமயம் கோயில் திருவிழாவுக்கு வந்த சிலர் அவனிடம் சிக்கிக் கொண்டனர், அவர்களை மிரட்டி அவர்களிடம் இருந்த பொருட்களை வீமன் கொள்ளையடித்தான். அப்போது அங்கே வந்த அரக்கன் அந்தச் செல்வத்தை அடையவேண்டி வீமனைத் துரத்தினான்.

அரக்கனிடமிருந்து தப்ப நினைத்து ஓடிய வீமன் அருகே இருந்த வன்னிமரத்தின் மீது ஏறினான் அப்போது கீழே இருந்த விநாயகர் சிலையின் மிது சில இலைகள் விழுந்தன. அவனைத் தொடர்ந்து வந்த அரக்கனும் வீமனைப் பிடிப்பதற்காக அதே வன்னிமரத்தின் மீது ஏற அப்போதும் சில இலைகள் விநாயகப் பெருமான் மீது விழுந்தன

மரத்தின் மேல் ஏறிய இருவரும் அங்கேயே சண்டையிட்டனர், அங்கேயிருந்து தவறிக் கீழே விழுந்து மண்டை உடைந்து இருவரும்

இறந்தனர். மறுகணம் வானத்தில் இருந்து புஷ்பக விமானம் வந்து இருவரையும் அழைத்துச் சென்றது.

அறிந்தோ அறியாமலோ வன்னி இலை கொண்டு விநாயகரை அர்ச்சித்ததன் பலனாக அவர்கள் நல்லகதிக்குச் சென்றனர். இது போல இன்னொரு சம்பவமும் உண்டு.

ஒரு சமயம் நான்முகன் வேள்வி ஒன்றைத் தொடங்கினார், அப்போது சரஸ்வதி தேவி அவருடன் சச்சரவு செய்த காரணத்தினால் அவளை விலக்கி விட்டு காயத்திரி தேவியை உடன் வைத்துக் கொண்டு யாகத்தை நடத்தினார்.

இதனால் கோபம்கொண்ட சரஸ்வதி யாகத்தில் கலந்து கொண்ட அத்தனை தேவர்களையும் பிரளய நீராகும்படியாகச் சாபமிட்டாள். நடுநடுங்கிப் போன பிரம்மன், தேவர்கள் அனைவரும் பழைய உருவம் பெற உமாமகேஸ்வரனைத் தியானித்தார். அவரும் தோன்றி, நீ விநாயகப் பெருமானை வணங்காமல் யாகத்தை நடத்தியதால் இந்த விபரீதம் ஏற்பட்டது. அவரை வழிபடு எல்லாம் சரியாகும் என்று சொல்லி மறைந்தார்.

உடனே பிரம்மன் விநாயகப் பெருமானைத் துதித்தார். ஆனால் அவர் வரவேயில்லை. கலங்கினார் நான்முகன். அப்போது பிரம்மதேவா வன்னி இலையால் விநாயகரை அர்ச்சனை செய் என்று அசரீரி எழுந்தது. ஆறுதல் அடைந்த பிரம்மன் வன்னி இலைகளைக் கொண்டு விநாயகரை அர்ச்சித்து வழிபட்டார். உடனே வன்னிமரத்தின் அடியில் மூஷிக வாகனராக விநாயகர் காட்சி அளித்தார், ஆசி வழங்கினார், தேவர்கள் சுய உருவம் பெற்றனர்.

விநாயகர் தரிசனம் தந்த அதே வடிவத்தில் சிலை செய்து தேவர்கள் மந்தார மரத்தின் அடியில் பிரதிஷ்டை செய்தனர். ஏரம்ப கணபதி என்ற பெயரிட்டு அவரை வணங்கினர். அது முதலாக வன்னியும், மந்தார மலரும் விநாயகரது வழிபாட்டில் இடம் பிடித்தன. இதைச் சொல்லிய நான்முகன் வன்னி இலையின் மகத்துவத்தை விளக்க மேலும் ஒரு சரிதத்தைச் சொன்னார்.

19. வன்னி இலையால் அர்ச்சித்தால் அபாரப் பலன்

பிரியவிரதன் என்ற அரசனுக்கு இரண்டு மனைவிகள். கீர்த்தி, பிரபை என்ற அவ்விருவரில் இளமையும் அழகும் கொண்ட பிரபையின் மீதே மன்னனுக்கு மையல் அதிகம். கீர்த்திக்கு பிள்ளை இல்லை ஆனால் பிரபை ஒரு பிள்ளை பிறந்தது. அவனுக்கு பதுமநாதன் என்று பெயரிட்டு வளர்த்தனர். அவனும் வளர்ந்து பெரியவனான், பாஞ்சவன் என்ற அரசனுடைய மகளை அவனுக்குத் திருமணம் செய்து வைத்தனர். இப்போது சுத்தமாக யாரும் கீர்த்தியை மதிப்பதே இல்லை.

இவ்வாறு இருக்கும் போது கணவனும் பிரபையும் இருக்கின்ற இடத்திற்கு கீர்த்தி வந்தாள். ஆனால் அவளை உள்ளே விடாமல் பிரபை அவமானப்படுத்தி காலால் எட்டி உதைத்தாள். இதைப் பார்த்தபோதும் மன்னன் பார்க்காத மாதிரி முகத்தை திருப்பிக் கொண்டான். கணவன் இப்படி நடந்து கொண்டதால் மனம் வெறுத்துப்போன கீர்த்தி தற்கொலை செய்து கொள்ளும் எண்ணத்தோடு அழுது கொண்டே வெளியே வந்தாள்.

நல்லநேரமாக அப்போது எதிரே வந்த அந்தணர் அவளுடைய கஷ்டத்தை அறிந்து விநாயகரை அருகம்புல்லால் அர்ச்சனை செய்து

வழிபடுமாறு ஆலோசனை சொல்லிவிட்டுச் சென்றார். கீர்த்தியும் மனம் மாறி தினமும் விநாயகரை அருகம்புல்லால் அர்ச்சனை செய்து வந்தாள், மன அமைதி பெற்றாள். ஒருநாள் அவளுக்கு அறுகம்புல் கிடைக்கவில்லை, அதனால் வன்னி இலை கொண்டு அர்ச்சனை செய்தாள்.

ஆனால் இப்படி ஆகிவிட்டதே இதற்குப் பலன் கிடைக்குமோ கிடைக்காதோ என்ற கவலையோடு உணவு உண்ணாமல் இரவு படுத்தாள். விநாயகர் கனவில் வந்தார், பெண்ணே கவலை வேண்டாம், என்னைப் பார் என்றார், அவள் அர்ச்சனை செய்த அத்தனை வன்னி இலைகளும் அருகம்புற்களாக மாறி இருந்தன. இன்றோடு உனது கவலைகள் தீர்ந்தன, வெகு சீக்கிரம் உனது கணவன் பிரபையின் பிடியில் இருந்து விடுபட்டு உன்னிடம் வருவான். உங்களுக்கு ஒரு மகன் பிறப்பான். அவனுக்கு கிப்பப்பிரசாதன் என்று பெயரிடு. அவனது நான்காவது வயதில் பிரபை அவனுக்கு விஷமிடுவாள், கொல்ல நினைப்பாள், ஆனால் அவன் தப்பி விடுவான் என்று அருள் செய்து மறைந்தார்.

சிறிது காலத்திலேயே விநாயகரது வாக்கின்படி பிரபையை வெறுத்துவிட்டு பிரியவிரதன் கீர்த்தியிடம் வந்து சேர்ந்தான். இருவரும் இன்பமாக வாழ்ந்தனர். அவர்களுக்கு ஒரு மகன் பிறந்தான். அவனுக்கு கிப்பப்பிரசாதன் எனப் பெயரிட்டு வளர்தனர். நான்கு வயதான போது பிரபை பொறாமை கொண்டு அவனைக் கொல்ல எண்ணி உணவில் விஷம் கலந்து கொடுத்து விட்டாள். குழந்தை மயக்கமடைந்தான்.

அரண்மனை வைத்தியர்கள் ஓடிவந்து விஷமுறிவுக்கான சிகிச்சை செய்தனர். ஆனால் விஷம் முறியவில்லை. கீர்த்தி கதறித்துடித்தாள். அப்பொழுது அன்றொரு நாள் விநாயகப் பெருமான் சொன்னது நினைவில் வந்தது. உடனே அவள் பிள்ளையை கிருச்சமதரிடம் கொண்டு சென்று அவனைக் காப்பாற்றுமாறு கதறினாள்.

அவர் ஞான திருஷ்டியினால் சிகிச்சைக்கான மருந்தினை அறிந்தார், பெண்ணே வருந்தாதே நீ முன்பு வன்னி இலையால் செய்த புண்ணியத்தின் பலனை பிள்ளையின் கையில் தாரைவார்த்துக் கொடு என்றார். அவள் அப்படியே செய்ய பிள்ளை உயிர் பிழைத்து எழுந்து கொண்டான். அனைவரும் வன்னி இலைக்கு இத்தனை மகத்துவமா? என்று வியந்து மகிழ்ச்சி அடைந்தனர்.

கிருச்சமதர் அவர்களிடம் வன்னி இலை மிகவும் பெருமை வாய்ந்தது. வன்னி மரத்தைக் காலையில் தரிசனம் செய்தால் சகல பாவங்களும் தீரும். அடுத்த பிறவியில் அந்தணர் குலத்தில் பிறப்பார்கள். இந்த மரத்தை அந்தணர் தரிசித்தால் ஞானிகளாவார்கள். க்ஷத்திரியர்கள் தரிசனம் செய்தால் சகலலோகங்களிலும் புகழ் பெறுவர், மற்ற அனைவரும் வன்னி மரத்தைத் தரிசித்து விநாயகரைத் தொழுதால் மேலான கதியை அடைவார்கள் என்று விளக்கினார்.

அவரது ஆலோசனையின்படி கீர்த்தியும் கிப்பப்பிரசாதனும் காசிக்குச் சென்று கங்கையில் நீராடி அங்கே வன்னிமரத்தின் அடியில் எழுந்தருளி இருக்கும் விநாயகப் பெருமானைத் தரிசித்தனர். இவ்வாறு வழிபட்டு வரும் போது மாசிமாத அமரபட்சத்து சதுர்த்தி திதி வந்தது. அன்று விடியற்காலை நீராடி விரதம் இருந்து வன்னிமரத்தின் அடியிலேயே இருந்து விநாயகரின் ஏகாட்சர மந்திரத்தை உச்சரித்து அவரை அருகம்புல், வன்னி இலை, மந்தாரை மலர் ஆகியவற்றினால் அர்ச்சனை செய்தனர்.

அவர்களது பக்திக்கு மெச்சிய விநாயகர் ஐந்து முகங்களுடனும், பத்து கரங்களுடனும் சிங்க வாகனத்தில் வந்து தரிசனம் கொடுத்தார். அவரிடம் கணபதியே எந்த நாளும் என் மகனுக்குத் துன்பம் வராமல் காத்தருள வேண்டும் என்று வேண்டினாள் அந்தத் தாய் கீர்த்தி.

அவனுக்குத் தன்னிடம் இருந்த பரசு என்ற ஆயுதத்தை வழங்கிய விநாயகர், இவன் பரசுபாணி என்ற சிறப்புப் பெயர்பெற்று, ஆயிரம் யாகங்கள் செய்து இறுதியில் என்னை வந்தடைவான் என்று அருள் செய்தார். கீர்த்தியும் மகனும் நாடு திரும்பினார்கள்.

உரிய வயது வந்ததும் பிரியவிரதன் மனமகிழ்ச்சியோடு தன் மகன் கிப்பப்பிரசாதனுக்கு முடிசூட்டினான்.

❊❊❊

20. மண்ணில் இறங்கிய இந்திர விமானம்

ஒரு காலத்தில் புருசுண்டி என்னும் புண்ணிய சீலர் இருந்தார். இவர் விநாயகப் பெருமானை வழிபட்டு தானும் தும்பிக்கையோடு கூடிய விநாயகரது வடிவம் பெற்றவர். இவரைத் தரிசித்து விட்டு இந்திரலோகம் செல்ல திரும்பியபோது ஒரு தீயவனின் திருஷ்டிபட்ட தோஷத்தினால் விமானம் மேலே செல்லாமல் தரையிறங்கி விட்டது.

அந்த விமானம் தரையிறங்கிய இடம் ஜகத்திரபுரி என்ற அழகான நகரம். அதை ஆண்ட மன்னன் சூரசேனன். அந்த அரசனிடம் இந்திரன் உதவி கேட்டான். உடனே சூரசேன மகாராஜா சங்கட விரத சதுர்த்தி விரதம் அனுஷ்டித்தவர்கள் இருக்கிறார்களா எனப் பார்த்து வாருங்கள் என்று தனது தூதுவர்களைப் பல இடங்களுக்கும் அனுப்பி வைத்தான்.

தூதுவர்கள் தாங்கள் கண்ட அற்புதக் காட்சியை அவனிடம் விவரித்தனர். ஒரு இடத்தில் சகல பாவங்களும் செய்த சண்டாளப் பெண் ஒருத்தி நோய்வாய்பட்டு இறந்தாள். ஆனால் அவளை அழைத்துச் செல்ல விநாயகர் அனுப்பிய விமானம் வந்தது. இது குறித்து

விசாரித்தோம், அந்தத் தேவதூதர்கள், போன ஜென்மத்தில் இந்தப் பெண் சுந்தரி என்ற பெயருக்கு ஏற்றவாறு மிகவும் அழகாக இருந்தாள். தன் அழகால் பாவ காரியங்களில் ஈடுபட்டாள். கணவனுக்குத் துரோகம் இழைத்து வேறு ஆடவர்களுடன் இன்பம் கண்டாள்.

அதைத் தடுத்த தன் கணவனை கொன்று விட்டாள். இதை அறிந்த அரசன் அவளைப் பார்ப்பதே பாவம் என்று நினைத்து இவளைக் கொல்ல உத்தரவிட்டான். அவளும் இறந்தாள். செய்த பாவத்திற்கு பலகாலம் நரகவேதனை அனுபவித்தாள். அப்படியும் செய்த பாவம் மீதம் இருக்கவே இப்பிறவி எடுத்தாள். நோய்க்கு இரையாகிய உடலோடு பிச்சைக்காரியாக அலைந்து திரிந்தாள்.

ஒருநாள் சங்கட ஹர சதுர்த்தி அன்று சாப்பிட உணவு கிடைக்காமல் இவள் அலைந்தபோது, விரதம் இருந்தவர்கள் சாப்பிட்ட எச்சில் இலையை வெளியே வீசினார்கள். அவர்கள் சொன்ன விநாயகரது நாமங்களைக் கேட்டவண்ணமே அந்த பிரசாதத்தை அவள் உண்டாள். அவளும் மனத்திற்குள்ளாக அவரது நாமத்தை உச்சரித்த வண்ணமே இருந்தாள். அதனால் அவளது பாவங்கள் தொலைந்தன, இவள் இறந்ததும் விநாயகப் பெருமான் விமானம் அனுப்பி இவளை அழைத்து வரச் சொன்னார் என்று தெரிவித்தனர்.

நாங்கள் உடனே தேவகணங்களே ஊருக்கு வெளியே இந்திர விமானம் கீழே இறங்கிக் கிடக்கிறது. அதனை மேலே ஏற்ற உதவ முடியுமா? என்று கேட்டோம். நாங்கள் எங்களுக்கு இட்ட வேலையை மட்டுமே செய்வோம் என்று கூறிவிட்டனர். ஆனாலும் அரசே ஒரு அற்புதம் நடந்தது.

அந்த சண்டாளப் பெண் விமானத்தில் ஏறிச் சென்றபோது அவளது பார்வை இந்திர விமானத்தின் மீது பட்டதும் அது தோஷம் விலகி விண்ணில் பறந்து சென்றுவிட்டது என்று தூதுவர்கள் தெரிவித்தனர். சூரசேனன் அடைந்த மகிழ்ச்சிக்கு அளவேயில்லை.

அவனும் சதுர்த்தி விரதத்தைக் கடைப்பிடித்தான். முடிவில் விநாயகரது அருளுக்குப் பாத்திரமானான். அவனை அழைத்துச் செல்ல விமானம் வந்தது. தான் ஒருவன் மட்டும் ஏறிச் செல்ல விரும்பாமல் தனது நகரத்து மக்களையும் ஏற்றிச் செல்லுமாறு தேவகணங்களைக் கேட்டுக் கொண்டான். அவர்களும் சம்மதிக்கவே அந்த நகரத்து

மக்கள் அனைவருமே சூரசேன மகாராஜாவோடு விமானம் ஏறி விநாயகரது திருப்பாதங்களை அடைந்து இன்புற்றனர்.

இந்த விருத்தாந்தங்களைச் சொன்ன சூத மகரிஷி வாமனர் மகாபலியை அடக்கும் வல்லமை பெற்றதும், பரசுராமர் தன் சபதத்தை ஈடேற்ற வல்லமை பெற்றதும், குறையோடு பிறந்த கார்த்தவீரியன் ஆயிரம் கரங்கள் பெற்ற அருச்சுனனுக்கு இணையான திறமை பெற்று யாராலும் ஜெயிக்க முடியாவனாகத் திகழ்ந்ததும் இந்தச் சதுர்த்தி விரதத்தை அனுஷ்டித்ததன் பயன் தான் என்று தெரிவித்தார்.

கணபதிராஜனின் பெருமைகளைச் சொல்வதற்கும் கேட்பதற்கும் ஒரு பிறவி போதாது. அவர் செய்த அற்புதங்கள் எண்ணற்றவை. அவற்றை பக்தியோடு கேட்பவரும், படிப்பவரும் சகல சௌபாக்கியங்களும் அடைவர். அவர் காவிரி ஆற்றை சிறைமீட்ட அற்புதத்தை இப்போது சொல்கிறேன் என்று அந்த வரலாற்றை முனிவர்களுக்குச் சொன்னார்.

21. காகமாக வந்தார், காவிரியைத் தந்தார்

சூரபத்மனுடைய ஆட்சியில் தேவர்கள் பயந்து கொண்டு தலைமறைவாக வாழ்ந்தனர். தேவலோகத்தை அவன் தன் ஆட்சியின் கீழ் கொண்டு வந்தான். இந்திரனும் அவனது பட்டத்து ராணி இந்திராணியும் அவனுக்கு அஞ்சி பூலோகம் வந்து சீகாழிப்பதியில் ஒரு பூந்தோட்டம் அமைத்து அதில் பூக்கின்ற மலர்களைப் பறித்து சிவபெருமானுக்கு மாலைகள் கட்டி வழிபட்டு வந்தனர்.

இது மட்டும் அல்லாமல் அசுரனுக்கு அஞ்சி நடுங்கிய வருணபகவான் எங்கோ ஒளிந்து கொண்டதால் மழையில்லாமல் பூலோகம் வறண்டது, நீர் இல்லாமல் மக்களும் உயிர்களும் தவித்தன. வயல்கள் காய்ந்து கிடந்தன. இதன் காரணமாக இந்திரன் அமைத்த நந்தவனத்திற்கு தண்ணீர் கிடைக்காமல் செடிகள் வாடிவிட்டன, மேலும் சில கருகின.

ஒருநாள் அவனைப் பார்க்க வந்த நாரதரிடம் தன்மனக் கவலையைத் தெரிவித்து இந்திரன் புலம்பினான். இந்திரா! கைலாய ஈசன் காவிரி நதியை அகத்தியரிடம் கொடுத்திருக்கிறார். அவர் அதை கமண்டலத்தில் அடக்கி வைத்தபடி கைலாயத்தில் இருந்து தென்னகம்

வந்து கொண்டிருக்கிறார். இந்தச் சமயத்தில் விநாயகப்பெருமானை வணங்கினால் உனது குறை தீரும் என்று சரியான வழிகாட்டிவிட்டுச் சென்றார்.

தேவேந்திரன் விநாயகரைப் பிரார்த்தனை செய்தான். அவர் உனது குறையைத் தீர்ப்பேன் என்று சொல்லி தரிசனம் தந்து மறைந்தார். அவர் உடனே காகத்தின் உருவம் கொண்டு பொதியமலைச் சாரலுக்குப் பறந்து சென்றார். அகத்திய முனிவர் கமண்டலத்தை வைத்து விட்டு நித்ய கர்மானுஷ்டங்களைச் செய்தபோது, காகமாக வந்த கணபதி அந்தக் கமண்டலத்தைத் தட்டிவிட்டார்.

அது பாறையில் இருந்து உருண்டது. உள்ளே இருந்த காவிரி பொங்கிப் பிரவாகம் எடுத்து பாய்ந்தது. காகமாக வந்த விநாயகர் உடனே சிறுவனாக மாறி நின்றார். கமண்டலத்தைக் கவிழ்த்த சிறுவனைத் தண்டிக்க நினைத்து அகத்தியர் அவனை விரட்டினார். சிறுவன் பயந்தது போல பாவனை காட்டி ஓடினான். அவரும் விடாமல்

துரத்தினார், வெகு தொலைவு ஓடி அகத்தியர் களைப்படைந்த போது அவருக்கு தன் சுயவடிவத்தில் ஆனைமுகன் தரிசனம் தந்தார்.

அகத்தியர் மகிழ்ச்சி அடைந்து எம்பெருமானே நான் தினமும் பரமேஸ்வரனை அபிஷேகம் செய்வதற்கு காவிரி நீரை சிறிது மொண்டு தர வேண்டும் என்று வேண்டினார். இந்திரன் பரமேஸ்வரனை வழிபடுவதற்காக நந்தவனம் ஒன்று அமைத்திருக்கிறான். அது நீர் இல்லாமல் வாடிவிட்டது. அதற்குத் தண்ணீர் வேண்டும் என்றுதான் கமண்டல நீரைக் கவிழ்த்தேன், உமக்கும் தேவையான தண்ணீரை தருகிறேன் என்று சொல்லி விநாயகர் தனது இரண்டு கைகளினாலும் நீரை அள்ளி அகத்தியரின் கமண்டலத்தில் கொட்டினார். அகத்தியர் மகிழ்ச்சி அடைந்து போற்றித் துதித்தார். இந்திரனும் மனநிறைவோடு விநாயகரை வணங்கினான்.

22. சிந்தாமணி விநாயகர்

அபஜித் என்ற மன்னன் தன் மனைவி குணவதி என்பவளோடு நல்லாட்சி நடத்தி வந்தான். பக்தியும் நல்ல குணமும் கொண்ட அவர்களுக்கு ஏனோ நீண்டகாலமாக குழந்தைப் பாக்கியம் ஏற்படவில்லை. அவர்கள் மனவருத்தத்தோடு காட்டில் ஆசிரமத்தில் தங்கியிருந்த வைசம்பாயன மகரிஷியைச் சந்தித்து வணங்கினர். ஞான திருஷ்டியின் மூலமாக அவர்களது குறையை அறிந்தார் முனிவர், அரசனுக்குக் குறை இருப்பது தெரிந்தது. இருந்தபோதிலும் உன் மனைவிக்கு விரைவில் பிள்ளை பிறக்கும் என்று ஆசிர்வதித்தார்.

அவனுக்கு பஞ்சாக்கர மந்திரத்தை உபதேசித்து, நதி கடலில் கலக்கும் இடத்திற்கு மேற்கே ஒரு வனம் இருக்கிறது. அங்கே உன் மனைவியோடு சென்று ஹோமங்களைச் செய்து நான்கு மாதங்களுக்கு இந்த மந்திரத்தை உச்சரித்து பிறகு உனது நாட்டிற்குச் செல் என்றார். நிச்சயம் புத்திரன் பிறப்பான் என்று கூறி அனுப்பினார்.

மன்னன் மனைவியோடு அவ்விடம் சென்றான். அங்கே பிரம்மதேவன் தன் மனைவி சரஸ்வதியோடு யாகங்கள் செய்து கொண்டிருந்தார். இருவரும் அருகிலேயே ஒரு இடத்தில் இருந்தனர்.

பஞ்சாக்கர மந்திரத்தை மன்னன் இடைவிடாமல் ஜெபித்து வந்தான். நாட்கள் சென்றன. ஒருநாள் சரஸ்வதிக்கு தன் கணவனுடன் உறவு கொள்ள வேண்டும் என்ற ஆசை எழுந்தது. அவள் பிரம்மனின் மடியில் வந்து படுத்தாள்.

அவளது ஆசையை அறிந்த பிரம்மனுக்கும் விரகதாபம் மேலிட்டது. இருந்தாலும் யாகங்கள் நடைபெறும் இடத்தில் உடலுறவு கொள்வது கூடாது என்பதால் சற்று யோசித்தார். இருந்தாலும் சரஸ்வதியின் ஸ்பரிசமும் அவள் உடலில் இருந்து வெளிப்பட்ட மணமும் அவரை மோகத்தில் ஆழ்த்தின. அவளுடன் கூடிக் களிக்க விரும்பினார். ஆனால் இப்போது சரஸ்வதி மனக் கட்டுப்பாடு கொண்டு அதற்குத் தடை விதித்தாள். அங்கே இருந்தால் விபரீதம் ஏற்படும் என்று எண்ணி மற்ற தேவர்கள் யாகம் செய்யும் இடத்திற்குச் சென்று விட்டாள்.

சற்று நேரம் பிரம்மதேவர் யோசித்தபோது தவறு புரிந்தது, சிறிது நேர அற்ப சுகத்திற்காக அவர் தன் தவத்தைக் கெடுத்துக் கொள்ள விரும்பவில்லை. அவர் குளித்து விட்டு வர எண்ணி குளத்திற்கு சென்றார். காமம் மேலிட்டதால் அவரது உடம்பில் இருந்து சுக்கிலம் வெளிப்பட்டு குளத்து நீரில் கலந்தது. அவர் நீராடிவிட்டு வந்து யாகத்தில் ஈடுபட்டார்.

அன்று பௌர்ணமி தினம். மன்னனின் மனைவி குணவதி அதே குளத்தில் நீராடச் சென்றாள். பிரம்மதேவன் விட்ட சுக்கிலம் அவளுடைய உடலில் கலந்தது. நான்கு மாத முடிவில் அவளும் மன்னனும் தங்கள் தவத்தை முடித்துக் கொண்டு நாடு திரும்பினர். சில மாதங்களில் அவள் அழகான ஆண் குழந்தையைப் பெற்றெடுத்தாள்.

அவனுக்கு கணன் என்று பெயரிட்டு வளர்த்தனர். சிறுவயதிலேயே அவன் அசகாய சூரனாக இருந்தான். ஒருநாள் அவன் கீழ்திசையில் உதயமான சந்திரனைப் பிடித்துவிட்டான், மற்றொரு முறை மதங்கொண்ட யானையைத் தனியொருவனாக அடக்கினான். வலிமையில் சிறந்தது போலவே அவன் நல்ல குணங்களிலும் சிறந்து விளங்கினான்.

கணன் ஒருநாள் தன் தந்தையைச் சந்தித்து தவம் செய்ய அனுமதி பெற்றுக் கொண்டு கானகம் சென்று சிவபெருமானைக் குறித்து பஞ்சாக்கர மந்திரத்தை ஓதி ஆயிரம் வருடங்கள் தவம் செய்தான்.

எண்ணிய எண்ணம் ஈடேறவில்லை. ஆகவே ஒற்றைக் காலில் நின்று தண்ணீர் மட்டும் அருந்தி முப்பது வருடங்கள் தவம் செய்தான். பிறகு பத்து வருடங்களுக்கு அன்ன ஆகாரம் இல்லாமல் வாயுபட்சணம் செய்து கடுந்தவம் மேற்கொண்டான். இதனால் அவனது உடலில் இருந்து வெளிப்பட்ட யோகாக்கினி அமரர் உலகை எரித்தது.

தன் பதவிக்கு ஆபத்து வந்து விடுமோ என்று அச்சம் கொண்ட இந்திரன் கைலாயம் சென்று சர்வேஸ்வரனிடம் முறையிட்டான். தேவர்களுக்கு அபயம் கொடுத்த ஈசன், பார்வதியோடு சென்று கணனுக்கு காட்சி கொடுத்தார். கணனுக்கு சகல சௌபாக்கியங்களைக் கொடுத்து, மேலும் அவனுக்கு பிரம்மா மற்றும் விஷ்ணு ஆகியோரால் அழிவு நேராத நீண்ட ஆயுளையும் அளித்தார்.

கணன் பரமேஸ்வரன் கொடுத்த வரத்தின் மூலமாக படையெடுத்துச் சென்றான். சென்ற இடமெல்லாம் அரசர்கள் யாருமே அவனை எதிர்க்கவில்லை, அவனை வரவேற்றுப் பணிந்து, ஏராளமான பொன்னும் மணியும் கொடுத்தனர். இவ்வாறு பூலோகம் முழுவதையும் வெற்றி கண்ட கணன் தேவலோகத்தின் மீது படையெடுத்தான்.

இந்திரனது பட்டத்துக் குதிரையான உச்சை ஸ்வரம் என்ற குதிரையைக் கைப்பற்றினான். இதை அறிந்த காவலர்கள் ஓடிச்சென்று இந்திரனுக்குத் தகவல் தந்தனர். கணனோடு போரிட்டு வெல்ல முடியாது என்பதை அறிந்த இந்திரன் சமாதான வார்த்தைகள் பேசினான். கணன் போரிட்டு இந்திரலோகத்தைக் கைப்பற்றவே வந்திருப்பதாகத் தெரிவித்தான். வேறுவழியில்லாத நிலையில் தேவர்கள் அவனுடன் போரிட்டனர். கணன் இந்திரனுடைய தலையில் ஓங்கிக் குட்டினான். இடி விழுந்ததைப் போல சித்தம் கலங்கி தரையில் உட்கார்ந்தான் இந்திரன்.

நீண்ட நேரத்திற்குப் பிறகே அவனுக்கு சுயஉணர்வு வந்தது. அவனைப் பார்த்து பரிதாபம் கொண்ட கணன், இந்திரா கவலைப்படாதே, இந்திரலோகம் உன்வசத்திலேயே இருக்கட்டும். என் ஆதிக்கத்தின் கீழ் அதன் தலைவனாக இருந்து நிர்வாகம் செய்து வா என்று சொல்லி விட்டுச் சென்றான். இவ்வாறாக அவன் மண்ணுலகத்தையும் விண்ணுலகத்தையும் தன் ஆட்சியின் கீழ் கொண்டு வந்தான்.

ஒருநாள் பூலோகத்தில் அவன் காட்டிற்கு வேட்டையாடுவதற்குச் சென்றான். அங்கே கபில முனிவரின் ஆசிரமம் இருந்தது. அவர் அவனை வரவேற்று உபசாரங்கள் செய்தார். பிறகு தனது மார்பில் அணிந்திருந்த சிந்தாமணியை எடுத்து அதை ஒரு ஆசனத்தில் வைத்து தூப தீபங்கள் காட்டி மலர்கள் தூவி அர்ச்சனை செய்தார்.

அந்தக் கணத்தில் அங்கே ஒரு அற்புத நகரம் தோன்றியது. அரசனுக்கும் அவனது பரிவாரங்களுக்கும் தேவையான அத்தனை சௌகரியங்களும் அங்கே தோன்றின. அறுசுவை உணவுகள் வெள்ளித் தட்டுக்களில் வந்தன. அதைக் கொண்டு அவர் அரசனுக்கும், மற்றவர்களுக்கும் தடபுடலான விருந்து அளித்தார்.

இதனைக் கண்ட கணன், காட்டில் வாழும் முனிவரான உங்களிடம் இந்தச் சிந்தாமணி இருப்பதை விட அரசனாகிய என்னிடம் இருந்தால் தான் அதிகப் பயன்படும். ஆகவே அதை எனக்குக் கொடுத்து விடுங்கள் என்றான்.

அவர் மறுத்தார். இருந்தாலும் கணன் பலவந்தமாக அவரிடமிருந்து சிந்தாமணியைக் கைப்பற்றிக் கொண்டான். கோபம் கொண்ட

கபிலமுனிவர், அடே துன்மதி கொண்டவனே! நீதியில்லாமல் எனது சிந்தாமணியைப் பறித்த உன்னை நான் வணங்கும் விநாயகப் பெருமான் அழித்தொழிப்பார் என்று சாபமிட்டார். ஆனால் அதை அலட்சியமாக ஒதுக்கிவிட்டு கணன் தன் பரிவாரங்களோடு நாட்டுக்குச் சென்று விட்டான்.

கபிலமுனிவர் மிகுந்த மனம் வருத்தம் அடைந்தார். விநாயகப் பெருமானை நினைந்து தவம் இருந்தார். விநாயகப் பெருமான் அவர் முன்னால் தோன்றி பக்தனே கணன் கவர்ந்து சென்ற சிந்தாமணியை நான் உனக்கு மீட்டுத் தருவேன் என்று வாக்களித்து மறைந்தார்.

அன்று இரவில் கணனுக்கு ஒரு பயங்கரமான கனவு வந்தது. திடுக்கிட்டு எழுந்த அவன் தனது பெற்றோரை எழுப்பி தந்தையே எனக்கு அச்சமாக இருக்கிறது. இன்று ஒரு கனவு கண்டேன். கபிலமுனிவர் அளவற்ற சேனைகளோடு என்மீது படையெடுத்து போருக்கு வருகிறார். அவருக்குத் துணையாக நான்கு கரங்களைக் கொண்ட ஒருவர் வருகிறார், அவரது பாணங்களுக்கு நமது சேனைகள் கொத்துக் கொத்தாகச் சாய்கின்றன. நான் அவருடன் போர் செய்கிறேன். அவர் என் மீது மழுவாயுதத்தை எறிய அது என் தலையை அறுத்துத் தள்ளுகிறது. அப்பப்பா என்ன பயங்கரமான கனவு என்று பரபரப்போடு தெரிவித்தான்.

அவனது மந்திரிகள் ஒவ்வொருவரும் ஒவ்வொரு கருத்தைத் தெரிவித்தனர். இறுதியில் தங்களது பராக்கிரமத்திற்கு ஈடு இணை கிடையாது. தங்களை வெல்லக் கூடியவர் யாரும் இல்லை, ஆகவே அச்சம் வேண்டாம். இப்போதே படைகளை அனுப்பி கபில முனிவரைக் கைது செய்து சிறையில் அடைத்து விடுவோம் என்றான் நான்காவது மந்திரி விதந்து என்பவன்.

கெட்ட காலம் வந்தால் புத்தி கெட்டு விடுவது இயல்புதானே, கணனுக்கும் அழிவுகாலம் ஆரம்பித்து விட்டதால் விதந்து சொன்ன வார்த்தைகளை அவன் ஏற்றுக் கொண்டான். கபிலருடன் யுத்தம் செய்ய படைகளைத் திரட்டிக்கொண்டு புறப்பட்டான்.

அவன் தந்தை அபஜித் மன்னன் தடுத்து புத்திமதிகள் சொன்னார். அவன் கேட்கவில்லை. அவனுடைய படைகள் வருவதை

கபிலர் விநாயகருக்குப் பூசை செய்துகொண்டிருக்கும் வேளையில் கேள்விப்பட்டார். பகவானே எனக்கு எந்தத் துன்பமும் நேராமல் நீங்களே காத்தருள வேண்டும் என்று ஐங்கரனைத் தொழுது வேண்டினார்.

கவலை வேண்டாம் கபிலரே! அவனை நான் பார்த்துக் கொள்கிறேன் என்று சொல்லி சிங்கவாகனத்தை அழைத்தார். அவர் போருக்குச் செல்வதை அறிந்த சித்திதேவியார் நாதா! இதற்காகத் தாங்கள் செல்வதா? நான் சென்று அவனை வென்று வருகிறேன் என்றாள். கணநாதரும் அனுமதி வழங்கினார்.

போர்க்களத்தில் தன் எதிரே அழகே உருவான பெண் ஒருத்தி போர்க்கோலம் தாங்கி தனியொருத்தியாக வந்திருப்பதைக் கண்டு ஆச்சரியம் அடைந்தான் கணன். அவனுடைய போர் வீரர்கள் சரமாரியாக வந்து போர் தொடுத்தனர்.

உடனே சித்திதேவி பல்லாயிரக்கணக்கான போர்வீரர்களை உற்பத்தி செய்தார். இதனைக் கண்டு இது என்ன மாயமாக இருக்கிறதே என்று அசுரர்கள் வியந்தனர். தேவியால் தோற்றுவிக்கப்பட்ட வீரர்கள் பலவிதமான ஆயுதங்களினால் கணனுடைய படையைச் சின்னாபின்னா படுத்தி அழித்தனர். இருந்தபோதிலும் சிறிது நேரத்தில் அரசனுடைய கை ஓங்கியது. இதை அறிந்த தேவி தன் மகனைப் போன்ற இலக்கனைத் தோற்றுவித்தாள்.

அவன் லட்சக்கணக்கான ஆயுதங்களைக் கொண்டு எதிரிகளை நிர்மூலம் செய்தான். எதிரிப்படை வீரர்கள் ஓலமிட்டபடி நாலாபக்கங்களிலும் தப்பி ஓடினர். இலக்கன் நேராகச் சென்று கணனுடைய இரண்டு புத்திரர்களான சுலபன், சூலபாணி ஆகியோரைச் சிறைபிடித்துக் கொண்டு வந்து விநாயகரின் முன்னிலையில் நிறுத்தினான்.

தப்பி ஓடிய வீரர்களும் மந்திரிகளும் அரண்மனைக்குச் சென்று கணனைச் சந்தித்து போரில் தோல்வி முகம் காட்டுகிறது. நீங்கள் தேர் ஏறி வந்தால் தான் சிதறிய படைகளைத் திரட்டி போர் செய்து வெற்றி முழக்கமிடலாம், அவர்கள் சிறைப் பிடித்துச் சென்ற இளவரசர்களையும் மீட்கலாம் என்று தெரிவித்தனர்.

தன் பிள்ளைகளை எதிரிகள் சிறையெடுத்துச் சென்றதால் கோபம் தலைக்கேறிய கணன், பலவிதமான ஆயுதங்களொடு படைதிரட்டிக்

கொண்டு போர்க்களம் வந்தான். அங்கே அவனுக்காக நான்கு கரங்கள் கொண்டு சிங்க வாகனத்தில் விநாயகப் பெருமான் காத்திருந்தார். அவரது பக்கத்தில் சித்தி தேவியும், சற்று தொலைவில் கபிலமுனிவரும் இருப்பதைப் பார்த்ததும் கணனுடைய ஆத்திரம் எல்லை மீறியது.

கபிலரைப் பார்த்து என்னுடன் நேரடியாக மோதமுடியாத நீ இவர்களைக் கூட்டி வந்திருக்கிறாய். என்னை அந்தப் பிரம்மா, மற்றும் விஷ்ணுவால் கூட அழிக்க முடியாது என்பது உனக்குத் தெரியாதா? முதலில் இவனை அழித்து பிறகு உன்னையும் எமனுலகு அனுப்புகிறேன் என்று கொக்கரித்தான். இதைக் கேட்ட கபிலர், அடே துர்புத்தி கொண்டவனே! இவர் யார் என்று அறியாமல் ஆணவமாகப் பேசுகிறாய். மதிகெட்ட குரங்கே இவர் மூல முதற் பொருள், விக்கின விநாயகர். இவரது பாதங்களில் பணிந்து சிந்தாமணியை என்னிடம் திருப்பித் தந்து உயிரோடு திரும்பிச் செல் என்று கர்ஜித்தார்.

அவரது வார்த்தைகளை அலட்சியம் செய்த கணன், வில்லை எடுத்து ஒரே நேரத்தில் ஐந்து பாணங்களைப் பூட்டி அதை வேழமுகத்தோன் மீது எய்தான். அவரது திருமுடியில் ஒன்றும், இருபக்க தோள்களில் இரண்டும், பாதங்களில் இரண்டுமாக விழுந்த பாணங்கள் நீராகக் கரைந்து போய்விட்டன.

கோபம் கொண்ட விக்கினராஜர் தன் கையில் இருந்த மழுவாயுதத்தை கணன் மீது எறிந்தார். அது அவனுடைய சிரசை அறுத்து மண்ணில் தள்ளியது. தேவர்கள் இந்த வெற்றியைக் கொண்டாட சங்கநாதம் எழுப்பி பூமாரி பொழிந்தனர். கிரந்தன் என்ற மந்திரி ஓடிச் சென்று கணன் இறந்த செய்தியை அபஜித் மன்னரிடம் தெரிவித்தான்

ஐயோ மகனே இதற்காகவா உன்னைத் தவம் இருந்து பெற்றேன். கேட்பார் பேச்சைக் கேட்டு நீ உயிரை இழந்தாயே. வயதான காலத்தில் எங்களுக்கு யார் துணை? என்று மன்னன் புலம்பி அழுதான். அப்போது கிரந்தன் அவரைப் பார்த்து , ஐயா இப்போது வருந்துவதால் ஒரு பயனும் இல்லை. தங்கள் குமாரர் கபில முனிவருக்குச் செய்த அபசாரத்தினால் இந்தத் தண்டனையை அடைந்திருக்கிறார். நீங்கள் சிந்தாமணியை கபிலரிடம் ஒப்படைத்து விட்டு இளவரசர்களை மீட்டுக் கொண்டு வாருங்கள் என்று ஆலோசனை சொன்னான்.

அபஜித் உடனே கபில முனிவரின் ஆசிரமம் சென்று அவரை வணங்கி மன்னிப்புக் கேட்டுக் கொண்டு சிந்தாமணியைத் திருப்பிக் கொடுத்தான். அவரும் ஆசி வழங்கி, உனது பெயரர்களை அழைத்துக் கொண்டுபோய் முடிசூட்டி நல்லாட்சி நடைபெறச் செய் என்று சொல்லி இளவரசர்களை அனுப்பி வைத்தார்.

கபில முனிவர் விநாயகரை நினைக்க அவரும் தோன்றினார். விக்கின விநாயகரே இந்த சிந்தாமணியை எனக்கு ஒருமுறை இந்திரன் அளித்தான். இதை நான் இப்போது தங்களுக்குத் தருகிறேன், நீங்கள் அணிந்து கொள்ளுங்கள் என்றார். அவரும் சிந்தாமணியை வாங்கித் தனது மார்பில் அணிந்து கொண்டார்.

கபிலர் உடனே அவரைப் பார்த்து இன்றுமுதல் நான் தங்களை 'சிந்தாமணி விநாயகர்' என்ற பெயரால் அழைப்பதற்கு அனுமதி தரவேண்டும் என்று கேட்க, கணபதியும் சம்மதித்தார்.

கபில முனிவரின் ஆசிரமத்தில் விநாயகப் பெருமான் மலர்ந்த முகத்தோடு தோன்றியதால் அவருக்கு கபில விநாயகர் என்றும், சுமுக விநாயகர் என்றும் பெயர்கள் ஏற்பட்டன.

இந்த மூன்று திருநாமங்களை சொல்லி விநாயகரை வழிபடுவோர் சகல பாவங்களும் நீங்கி, அஷ்ட ஐஸ்வர்யம் அடைவர்.

❋❋❋

23. சிந்தூரக் கணபதி

பிரம்மதேவன் ஒருமுறை வேலைக்களைப்பின் காரணமாக கொட்டாவி விட அதில் இருந்து ஒரு அசுரன் தோன்றினான். அவனைப் பார்த்து சற்றே அச்சம் கொண்ட நான்முகன், யாரப்பா நீ என்று கேட்டார். நான் உங்கள் கொட்டாவியில் இருந்து தோன்றியவன்; அதனால் உங்கள் பிள்ளை என்றான் அசுரன்.

சிந்தூர வண்ணத்தில் அசகாய சூரனைப்போல நிற்கும் தனது மகனைக் கண்ட பிரம்மனுக்குப் பாசம் பொங்கி வழிந்தது. உன்னை சிந்தூரன் என்று அனைவரும் அழைப்பார்கள் என ஆசி கூறி, அவனுக்குச் சகல சௌபாக்கியங்களும் நிறையட்டும், சகல வெற்றிகளும் கிடைக்கட்டும், என்னாலும் மகாவிஷ்ணுவாலும் கூட உன்னை ஜெயிக்க முடியாது என்று பலவிதமான வரங்களை அளித்தார். இது போதாது என்று பாசம் கண்களை மறைக்க சிந்தூரனைப் பார்த்து நீ யாரை கட்டித் தழுவுகிறாயோ அவர்கள் உடனே எரிந்து சாம்பலாவார்கள் என்ற வரத்தையும் அளித்தார்.

இதனால் ஆணவம் தலைக்கேறிய சிந்தூரன் அவர் தந்த வரங்களை அவரிடமே பரீட்சை செய்து பார்க்க கள்ளச் சிரிப்போடு அருகே வந்தான். வந்தது விபரீதம் என்று அறிந்த பிரம்மா அவனிடமிருந்து

தப்பி வைகுந்தம் சென்று விஷ்ணுவிடம் முறையிட்டார். இப்படியா தரக்கூடாத வரம் தந்து மாட்டிக் கொள்வது என்று அவரைக் கடிந்து கொண்டார் விஷ்ணு. அந்த இடத்திற்கு வந்த சிந்தூரன் வா அருகில் வா என்று அழைத்தபடி விஷ்ணுவை நெருங்கினான்.

இவனை வலிமையால் ஜெயிக்க முடியாது என்பதை உணர்ந்த மகாவிஷ்ணு, அவனிடம் சிந்தூரா போர் செய்ய வேண்டும் என்றால் வலிமையில் உனக்கு சமமானவர்களுடன் போர் செய்வது தான் சிறந்தது. அந்த வகையில் பார்த்தால் நானோ அல்லது பிரம்மனோ உனது பராக்கிரமத்திற்குத் தகுதியானவர்கள் இல்லை. உன்னுடன் போர் செய்யத் தகுதி பெற்றவர் அந்தக் கைலாச நாதன் ஒருவரே என்று அவனைத் திசை திருப்பி விட்டார்.

சிந்தூரன் உடனே கைலாயம் சென்றான். பரமேஸ்வரன் யோகநிலையில் இருந்தார். அருகில் பார்வதி பணிவிடைகள் செய்தபடி இருந்தாள். பார்வதியைப் பார்த்த சிந்தூரன் அவளது அழகில் மோகம் கொண்டான். தேவியை அடையத் துடித்தான். அருகில் நெருங்கினான். அவனது எண்ணத்தை அறிந்த தேவி அலறிக்கொண்டு ஓடி ஈசனைக் கட்டிப் பிடித்துக் கொண்டாள். அதனால் யோகம் கலைந்த ஈசன் சூலாயுதத்தை எடுத்துக் கொண்டு எழுந்தார்.

அவரைக் கொல்லக் கருதிய சிந்தூரன் ஈசனை கட்டித் தழுவச் சென்றான். அப்போது ஆதிபரம்பொருளான விநாயகர் ஒரு அந்தணரைப்போல வடிவம் தாங்கி இருவருக்கும் இடையில் சென்று அவர்களை விலக்கினார். நீ சுத்த வீரன் என்பதை நிரூபிக்க வேண்டுமானால் ஆயுதம் எடுத்துக் கொண்டு போரிடு. அதைவிட்டு அவரைக் கொல்வதற்குச் செல்கிறாயே? கோழையா நீ என்று அவனுடைய வீரத்தைக் குறை சொன்னார்.

சிந்தூரன் உடனே பலவிதமான ஆயுதங்களை எடுத்துக் கொண்டு ஈசனைத் தாக்கினான். இருவருக்கும் கடுமையான போர் நடந்தது. அவரை வெல்ல முடியாது என்பதை அறிந்த சிந்தூரன் தந்திரமாக ஈசனைத் தழுவ முயற்சி செய்தான். அப்போது விநாயகரது பரசு அவனைத் தாக்கி தரையில் வீழ்த்தியது. அதனால் சிந்தூரன் போர்செய்வதை நிறுத்தி விட்டு பூலோகம் திரும்பி வந்தான்.

தனது நாதனை எதிர்க்க வந்த சிந்தூரனைத் திருப்பி அனுப்பிய அந்தணர் யார் என்பதை அறியாத பார்வதி, அவரைப் பார்த்து தாங்கள் யார்? என்று கேட்டாள். சிங்கவாகனத்தில் சித்திபுத்தி சமேதராகக் காட்சி தந்த வேழமுகன், அந்தச் சிந்தூரனை அழிக்க நானே உனது வயிற்றில் வந்து பிறப்பேன் என்று அனுக்கிரகம் செய்து மறைந்தார்.

பூலோகம் சென்ற சிந்தூரன் மக்களைக் கொன்றான், முனிவர்களது யாகத்தினை அழித்தான். தேவமாதர்களைத் தனது அந்தப்புரத்தில் அடைத்து வைத்தான். இதனால் மனக்கவலை அடைந்த தேவர்கள் பிரம்மனிடம் முறையிட, அவர் சிவபெருமானிடம் தெரிவித்தார். இந்த நிலையில் தான் அவதாரம் செய்ய வேண்டிய நேரம் வந்ததை அறிந்த விநாயகர் பார்வதியின் கர்ப்பத்தில் உருவானார். அதை அறிந்த பரமேஸ்வரன் மிகவும் மகிழ்ச்சி அடைந்தார்.

பார்வதியின் கர்ப்பத்தில் பிரம்மஸ்வரூபி இருப்பதால் அதிகமான வெப்பம் ஏற்பட்டது அதைத் தணிப்பதற்காக பரமேஸ்வரன் பூவுலகில் பரியலி என்ற இடத்தில் ரத்தினமயமான ஒரு மண்டபம கட்டி அதில் பார்வதியையும் மற்ற தோழியரையும் இருக்கச் செய்தார். ஒருநாள் கஜாமுகாசுரன் என்பவன் அங்கே வந்தான்.

இவனது முற்பிறவியைப் பற்றி இப்போது அறிந்து கொள்ளவேண்டும். இவன் மயேச்சுதன் என்ற அரசானகப் பிறந்து தினமும் சிவபெருமானைத் தொழுது தவங்கள் செய்தவன். இதனால் ஈசனிடம் இருந்து பல வரங்களைப் பெற்று நல்லாட்சி நடத்தி வந்தான். ஒரு நாள்அவனது அரண்மனைக்கு தேவகுரு பிரகஸ்பதி வந்தார். அவரைத் தகுந்த மரியாதையோடு வரவேற்று உபசரித்தான் மன்னன். இதனால் மகிழ்ச்சி

அடைந்த அவர் என்னை வணங்குவோர் உன்னையும் வணங்குவார்கள் என ஆசி வழங்கினார்.

தங்கள் வாக்கு எப்போது பலிக்கும் என்று கேட்டான் அவன், அதற்கு தேவகுரு நீ என்று யானையிடத்து பிறக்கிறாயோ அன்றில் இருந்து அந்தப் பலன் கிடைக்கும் என்றார்.

ஒருநாள் அவன் தனது சேனைகளுடன் உலாவச் சென்றான். அந்த நேரத்தில் எதிரே நாரத மகரிஷி வந்தார். மயேச்சுதன் அவரைக் காணாதது போல நடந்து கொண்டான். இதனால் கோபம் கொண்ட நாரதர், எதிரே வருபவர் யார் என்பதைக்கூட அறிந்து கொள்ளாமல் ஒரு யானையைப் போல நடந்து சென்ற நீ யானையாகப் பிறப்பாய், அதோடு சிவசிந்தனையோடு இருந்து அவராலேயே வதம் செய்யப்படுவாய் என சாபமிட்டார். அதன் காரணமாக அவன் யானைக் கூட்டங்களிடையே கஜமுகாசுரனாகப் பிறந்தான்.

அவனுக்கு இப்போதும் முற்பிறவி நினைவு இருந்த காரணத்தினால் சிவபெருமானை சிந்தை செய்த வண்ணம் இருந்தான். பரியலியில் சிவனும் பார்வதியும் வந்திருப்பதை அறிந்து அவர்களைத் தரிசிக்க வந்தான். வருகின்ற போது அவசரத்தில் ரத்தின மண்டபத்தூணில் அவனது உடல் இடித்தது. அதனால் மண்டபம் சிறிது உடைந்து விழுந்தது. தேவி இதனால் பயந்து போனவளாக யோகத்தில் இருந்த சிவபெருமானை ஆலிங்கனம் செய்து கொண்டாள்.

நிஷ்டை கலைந்து, அவள் பயந்ததற்கான காரணத்தை அறிந்த ஈசன் கோபம் கொண்டு தனது சூலாயுதத்தை அவன்மீது எறிந்தார். அது அவனுடைய கழுத்தைத் துண்டித்தது, அவன் சிவாயநம என்று சொல்லிக் கொண்டே கீழே விழுந்தான்.

அதைக் கேட்ட பரமசிவன், இவன் எனது பக்தனாக இருக்கிறானே என்று அனுதாபம் கொண்டார், பக்தனே உனக்கு என்ன வரம் வேண்டும் என்று கேட்டார். அவரைக் கண்டு பரவசம் எய்திய கஜமுகாசுரன், பிரகஸ்பதியின் வாக்கை நினைவில் கொண்டு ஐயனே தங்களால் நான் முக்தி அடைவது திண்ணம். இருந்தாலும் தங்கள் பாதசேவையே நான்அதிகம் விரும்புவது என்றான்.

இதனால் மகிழ்ச்சி அடைந்த மகேஸ்வரன், அவனது தோலை உரித்து ஆடையாகப் போர்த்துக் கொண்டார், அவனது தலையை மட்டும்

எடுத்து தனியாக வைத்தார். இதனால் அவருக்கு கிருத்திவாசன் என்ற பெயர் ஏற்பட்டது.

இது இப்படி இருக்க தன்னை அழிக்க வல்ல கருவை பார்வதி தேவி தனது வயிற்றில் சுமக்கிறாள் என்று அசரீரி வாக்கினால் அறிந்த சிந்தூரன் அவர்களைத் தேடி கைலாயம் சென்றான், அங்கே இல்லை என்பதால் பல லோகங்களிலும் தேடிவிட்டு, பிறகு பூலோகத்தில் பரியலி வனத்தில் இருப்பதை அறிந்தான்.

தன்னை அழிக்க வளரும் கரு பிறப்பதற்கு முன்னால் அதனை கர்ப்பத்திலேயே அழிக்க எண்ணிய அவன் பரியலி வனம் வந்தான். பரமேஸ்வரன் நிஷ்டையில் இருந்தார். பார்வதி அயர்ந்து தூங்கினாள். இதுதான் தகுந்த சமயம் என்று நினைத்த சிந்தூரன் வாயுரூபம் கொண்டு தேவியின் வயிற்றுனுள் நுழைந்து அந்தக் கருவின் தலையைத் துண்டித்து எடுத்துக் கொண்டு வந்து விந்தியமலைச் சாரலில் நர்மதை நதி தீரத்தில் எறிந்து விட்டு நிம்மதியாகத் தன் அரண்மனைக்குப் போனான்.

சிந்தூரனால் சிரம் அறுக்கப்பட்டபோதிலும் அந்தக் கரு அழியாமல் வளர்ந்தது. பத்துமாதம் சென்றதும் தேவி ஆண்குழந்தையைப் பெற்றாள், அதற்குத் தலையில்லை. இதைக் கண்டு தங்களுக்கு இந்த அவலம் நேர்ந்ததே என்று பார்வதி கலங்கி கண்ணீர் விட்டாள். தேவர்கள் மிரண்டு போனார்கள், இந்தத் தலையில்லாத குழந்தை எப்படி சிந்தூரனை அழிக்கும்? அது முடியாமல் போனால் தங்களுக்கு விடுதலையே கிடைக்காதே என்று அச்சம் கொண்டு வருந்தினார்கள்.

எல்லாம் அறிந்த ஈசனும் உலகநடப்பின் பொருட்டு தானும் வருந்துவதாக நாடகம் ஆடினார். அப்போது முழுமுதற்கடவுளான விநாயகர் தோன்றி தேவர்களே அச்சம் வேண்டாம். பிரகஸ்பதியின் அருளைப் பெற்ற மயேச்சுதன் என்ற மன்னன் நாரதரின் சாபத்தினால் கஜமுகாசுரனாகப் பிறந்து பரமேஸ்வரனால் தலை துண்டிக்கப்பட்டான். அவனது யானைத்தலை சிவபெருமானிடம் இருக்கிறது. அதைக் கொண்டு வந்து குழந்தையின் உடலில் பொருத்துங்கள் என்றார்.

பரமேஸ்வரன் கஜமுகாசுரன் தலையைக் கொண்டுவந்து குழந்தையின் உடலில் பொருத்த அது ஒட்டிக்கொண்டது. இந்திரன்

முதலான தேவர்கள் ஆனந்தக் கூத்தாடினார்கள். பூமாரி பொழிந்து விநாயகப் பெருமானைப் போற்றித் துதித்தனர்.

கஜானனர் அவதரித்த தினம் ஆவணி மாதம் பூர்வபட்சத்து சதுர்த்தி. ஆகவே அவரை அன்றைய தினம் பூசிப்பவர்கள் சகல சௌபாக்கியங்களையும் பெறுவார்கள்.

ஒருநாள் சிந்தூரனின் அரண்மனைக்கு நாரதர் விஜயம் செய்தார். அவரை வரவேற்று உபசாரம் செய்தான் சிந்தூரன். உன்னைப் போன்ற பராக்கிரமசாலி இந்த மூவுலகங்களிலும் கிடையாது என்பதை நான் அறிவேன். இருந்தாலும் நான் நேரில் பார்த்ததை உன்னிடம் சொல்ல வேண்டும் என்று தோன்றுகிறது என்று இழுத்தார்.

அதில் என்ன தயக்கம் சொல்லுங்கள் முனிவரே! என்று ஆர்வத்தோடு சொன்னான் சிந்தூரன்.

நான் பரியலி என்ற இடத்திற்குச் சென்றிருந்தேன், அங்கே பார்வதிக்குத் தலையில்லாத முண்டமாக ஒரு ஆண்குழந்தை பிறந்தது. அந்த முண்டத்திற்கு சிவபெருமான் யானைத்தலையைப் பொருத்தினார். எதற்காக இப்படி நடந்தது? எனக்குப் புரியவில்லை உனக்கு விளங்குகிறதா? என்று கேட்டார்.

அதைக் கேட்ட சிந்தூரன் ஆ... ஆ... அது என்னைக் கொல்வதற்காகப் பிறந்த குழந்தை. யானை முகத்தோடு கூடிய அவனை நான் நிச்சயமாக அழித்தே தீருவேன். இல்லாவிட்டால் அவன் கையால் நான் அழிவது திண்ணம் என்று சொல்லி உடனே விநாயகப் பெருமான் இருக்கின்ற இடத்திற்குப் படையோடு சென்றான்.

அவனைக் கண்ட விநாயகர் விஸ்வரூபம் எடுத்தார். அவரது முகத்தில் இருந்து அந்தணர்களும், தோள்களில் இருந்து வீரமிகுந்த க்ஷத்திரியர்களும், தொடையில் இருந்து வைசியர்களும், கால்களில் இருந்த இதர வருணத்தினரும் தோன்றினர்.

அவரது இதயத்தில் இருந்து சந்திரனும், கண்களில் இருந்து சூரியனும், மூக்கில் இருந்து வாயுவும், முகத்தில் இருந்து இந்திரனும், திருமுடியில் இருந்து விண்ணுலகங்களும், பாதங்களில் இருந்து மண்ணுலகமும், தோன்றின. காதுகளில் இருந்து கடல், மலை, நதிகள் ஆகியவற்றைத் தோற்றுவித்தார். அவரது விஸ்வரூபத்தைக் கண்டு மலைத்து நின்றான் சிந்தூரன்.

உடனே விநாயகப் பெருமான் தனது கால்களின் கீழே அவனை போட்டு நசுக்கினார். தனது துதிக்கையினால் தூக்கி வாரிஎடுத்து தனது உடல் முழுவதும் அவனைப் பூசிக் கொண்டார். திசைகள் எட்டிலும் தெய்வீக மணம் வீசியது. சிந்தூரன் இவ்வாறு விநாயகப் பெருமானின் உடலோடு ஐக்கியமாகிவிட்டான்.

தேவர்கள் துந்துபி முழக்கி இந்த வெற்றியைக் கொண்டாடினார்கள். முனிவர்கள் அச்சம் நீங்கி வேதகோஷம் எழுப்பி வேழமுகத்தோனைத் துதித்தனர். விநாயகரும் தனது விசுவரூபத்தை மறைத்துக் கொண்டு மீண்டும் ஒரு குழந்தை உருக்கொண்டார். அவரை பிரம்ம விஷ்ணு இந்திராதி தேவர்கள் போற்றி வணங்கினர்.

❊❊❊

24. மூஷிக வாகனம் வந்த கதை

சபரி என்றொரு முனிவர் தனது மனைவி மனோமயையுடன் காட்டில் ஆசிரமம் அமைத்து தவம் செய்து வந்தார். மனோமயை மிகவும் அழகானவள். அவள் ஒருநாள் பூந்தோட்டத்தில் மலர்களைக் கொண்டிருந்தாள். முனிவர் வெளியே சென்றிருந்தார். அப்பொழுது ஆகாயமார்க்கமாகச் சென்ற விநாயக பக்தனான கிரவிஞ்சன் என்ற காந்தர்வன் பார்வையில் முனிவரின் மனைவி விழுந்தாள். அவளது அபார அழகு அவனை மயக்கியது, ஆகவே பூமியில் இறங்கி நந்தவனம் வந்தான். பெண்ணே உன் அழகுக்கு நான் அடிமை என்று சொல்லிக் கொண்டே அவளது கையைப் பிடித்தான்.

மனோமயை கடுங்கோபங் கொண்டாள்; “இந்த இடத்தை விட்டு உடனே ஓடிப் போய்விடு. நான் சபரி என்ற பெரு முனிவரின் மனைவி. நீ யாராக இருந்தபோதிலும் என் கற்புக்கனலினால் உன்னை என்னால் எரித்துச் சாம்பலாக்க முடியும். ஆனால் நான் அதை விரும்பவில்லை. முனிவர் வந்தால் உன்னைச் சபித்து விடுவார். ஓடிச் சென்று உயிர் பிழைத்துக் கொள்” என்றாள். அவள் சொல்லிக் கொண்டிருக்கும் போதே அங்கு வந்த முனிவர் நடந்ததை அறிந்தார். கந்தவர்வனைப் பார்த்து, “துஷ்டனே இன்னொருவரின் மனைவி என்று தெரிந்தும்

அவள் மீது மோகங் கொண்ட நீ மண்ணைத் தோண்டி வாழும் மூஷிகமாக மாறக் கடவாய்" என்று சபித்தார்.

காமத்தினால் மதி மயங்கிய கிரவிஞ்சன், முனிவரது சாபத்தினால் சுயநிலைக்கு வந்தான். தனது தவறை உணர்ந்து முனிவரின் பாதங்களில் விழுந்து "முனிசிரேஷ்ரரே அறியாமல் நான் செய்த தவறை மன்னித்து, எனக்குச் சாப விமோசனம் தந்தருள வேண்டும்" என்று மன்றாடினான். அதனால் மனமிரங்கிய முனிவர் "கந்தர்வனே இன்னும் சில தினங்களில் விநாயகப் பெருமான் பரராச முனிவரின் ஆச்சிரமத்தில் அவதரிக்கவுள்ளார். ஆகவே நீ அங்கு சென்று விநாயகரைத் தரிசித்துப் பேறு பெறுவாயாக" என்று சாப விமோசனம் கூறினார். அடுத்த கணமே கிரவிஞ்சன் மூஷிகமாக மாறி மண்ணைத் துளைத்துக் கொண்டு திரிந்தான்.

இப்படி இருக்கும்போது ஒரு நாள் நாரதர் தேவேந்திரனது சபைக்கு வந்து "தேவேந்திரா, கேமவதி என்ற நாட்டு அரசனான அபிநந்தனன், இந்திரப் பதவியை அடைவதற்கான யாகம் ஒன்றைச் செய்கிறான். மிகப் பெரிய அளவில் நடக்கும் அந்த யாகத்திற்கு மூவுலகங்களிலுமுள்ள முனிவர்களுக்கும் தேவர்களுக்கும் ஞானிகளுக்கும் அழைப்பு விடுத்திருக்கிறான். ஆனால் உன்னை மட்டும் அழைக்கவில்லை. இது உனக்குப் பெரும் அவமானமாகும்.

அதைக்கூட பொறுத்துக் கொள்ளலாம். ஆனால் யாக வலிமையால் அவன் இந்திரப் பதவியை அடைந்தால் உனது நிலை என்னாகும்?" என்று கேட்டார். அவரது வார்த்தைகளைக் கேட்ட இந்திரனுக்குக் கடுங் கோபம் வந்தது. செய்வதறியாது தடுமாறிய அவன் காலநேமியைத் தியானித்தான். மறுகணம் காலநேமி உக்கிரமான வடிவமெடுத்து இந்திரன் முன் தோன்றி என்னை அழைத்த காரணம் என்ன?" என்று கேட்டான்.

"சகல வல்லமையும் பொருந்திய தேவனே! மண்ணுலுகத்தில் என்னுடைய இந்திரப் பதவியை விரும்பி அபிநந்தனன் என்ற அரசன் மாபெரும் யாகம் ஒன்றைச் செய்கிறான். அந்த யாகத்தை அழித்து அவனையும் கொன்று விட்டு வருவாயாக" என்றான். இதைக்கேட்ட காலநேமி, இந்திரனே "கவலையை விடுங்கள். இப்போதே புறப்பட்டுச் சென்று உங்கள் எண்ணத்தை முடிக்கிறேன் என்று சொல்லிவிட்டுப் பூலோகம் சென்றான்.

யாகசாலைக்குள் புகுந்து அதை அழித்ததோடு யாகம் செய்த அந்தணர்களையும் அங்கு வந்திருந்த முனிவர்களையும் கடுமையாகத் தண்டித்தான். தனது யாகத்தை அழிக்க வந்த காலநேமி மீது அபிநந்தன் போர் தொடுத்தான். ஆனல் காலநேமி அபிநந்தனையும் அவனது படைவீரர்களையும் கொன்று குவித்தான்.

பயந்து ஓடிய முனிவர்கள் விநாயகப் பெருமானின் பாதங்களில் விழுந்து நமஸ்கரித்து வினைகள் தீர்க்கும் வேழமுகனே! தாங்களே காலநேமியிடம் இருந்து எங்களைக் காப்பாற்ற வேண்டும் என்று வேண்டினர். அவர்களைப் பார்த்து விநாயகப் பெருமான் "பயப்படாதீர்கள். நான் உங்களைக் காப்பாற்றுவதற்காக வரேணியன் என்ற அரசனின் மகனாக விரைவில் அவதரிப்பேன்" என்று ஆறுதல் அளித்து மறைந்தார்.

மன்னன் வரேணியன் திருமணம் செய்து பல ஆண்டுகள் கழிந்தும் பிள்ளைப் பேறின்மையால் மிகவும் வருந்தி விநாயகரைத் தொழுது வந்தான். அவனது மனைவி புஷ்பகை தினமும் அருகம்புல்லால் மாலை கட்டி விநாயகருக்குப் போட்டு வணங்கி வந்தாள். அதன் பயனாக அவளது வயிற்றிலே விநாயகர் திருஅவதாரம் செய்தார்.

குழந்தை தும்பிக்கையும், நான்கு கரங்களும் பெருத்த தொந்தியும் கொண்டதாக இருந்தது. அதைக் கண்ட புஷ்பகை பயந்து போனாள். தோழியர்கள் ஓடிச் சென்று மன்னனுக்கு அச் செய்தியைச் சொன்னார்கள். நீண்ட வருடங்களுக்குப் பிறகு பிறக்கும் குழந்தையைப் பார்க்கும் ஆசையில் காத்திருந்த வரேணியன் தனக்குப் பிறந்த குழந்தை தும்பிக்கையோடு பிறந்திருப்பதை எண்ணி இடிவிழுந்தது போலானான்.

மற்ற மன்னர்கள் இதைக் கேட்டால் எள்ளி நகையாடுவார்களே என்று வருந்தினான். தனக்குப் பிள்ளையாக சாட்சாத் மூல முதற்கடவுளான விநாயகனே பிறந்திருக்கிறார் என்பதை அறியாது, அதை அவலட்சணமான அசுரக் குழந்தை என்று நினைத்துக் கவலைப் பட்டான். சோதிடர்கள் அக் குழந்தையால் அரசனுக்குக் கேடு வருமென்று கூறவே, அவன் அந்தக் குழந்தையை எடுத்துச் சென்று காட்டில் விட்டுவிடும்படி தனது வீரர்களுக்குக் கட்டளையிட்டான்.

வீரர்கள் அந்த விசித்திர குழந்தையை எடுத்துச் சென்று பராாச முனிவரது ஆச்சிரமத்திற்கு அருகில் இருந்த குளக்கரையில் விட்டு

விட்டு வந்தனர். எல்லாம் இறைவன் திருவுள்ளப்படியே நடக்கிறது அல்லவா? ஆகவே நீராட வந்த பரராச முனிவர் குழந்தையைக் கண்டார், பரவசம் அடைந்தார்.

ஞான திருஷ்டியின் மூலமாக அக்குழந்தை விநாயகன் என்பதை அறிந்தார். அக்குழந்தையை ஆசையோடு அணைத்தெடுத்துத் தனது ஆச்சிரமத்திற்குக் கொண்டு சென்று பாசத்தோடு வளர்த்து வந்தார். ஆண்டுகள் உருண்டன. ஒருநாள் பரராச முனிவரது ஆச்சிரமத்தில் இருந்த நந்தவனத்தில் விநாயகர் விளையாடிக் கொண்டிருந்தார்.

அப்போது சபரி என்ற முனிவரால் மூஷிகமாகச் சபிக்கப்பட்ட கிரவிஞ்சன் அங்கு நின்ற மரங்களினது வேர்களை அறுத்து நாசஞ் செய்தான். கிழங்குகளைக் கடித்துப் பாழாக்கினான். அதைக் கண்ட பரராசர முனிவர் துயரமடைந்தார், அவரது துயரைப் போக்க எண்ணிய விநாயகர் மூஷிகனை நோக்கித் தனது பரசத்தை ஏவினார்.

பரசு மூஷிகனைத் தாக்க வந்தது. அவன் உயிரைக் காப்பாற்றிக் கொள்ள நிலத்தைத் துளைத்துக் கொண்டு ஓடினான். பரசு அவனைத் தொடர்ந்து சென்றது. அவன் பாதாள உலகம் வரை சென்றான். அப்போதும் பரசு அவனை விடாமல் துரத்தியது. இனிமேல் தன்னால் ஒடமுடியாது என்பதை அறிந்த மூஷிகன் முன்ஜென்ம புண்ணியத்தினால் விநாயகரை நினைத்துத் தன்னைக் காப்பாற்றுமாறு வேண்டினான்.

விநாயக பக்தனான அவன் சபரி முனிவரின் சாபத்தால் மூஷிகனானதை அறிந்த விநாயகர் அவனைத் தனது வாகனமாக ஏற்றுக் கொண்டார். மூஷிகனின் மேல் ஏறிக் கொண்டு விநாயகப் பெருமான் வந்து பராசரருக்குத் தரிசனம் கொடுத்தார். இதனால் மகிழ்ச்சி அடைந்த முனிவர், ஐயனே! காலநேமி என்ற அரக்கன் அபிநந்தனையும் அவன் யாகத்தையும் அழித்ததோடு நில்லாமல் எங்கெல்லாம் யாகங்கள் நடைபெறுகின்றனவோ அங்கெல்லாம் சென்று யாகங்களையும் அழித்து முனிவர்களையும் கொன்று வருகிறான். அவனது கொடுமைகளைத் தாங்கிக் கொள்ள முடியவில்லை" என்று முறையிட்டார்.

இதே நேரத்தில் தேவர்கள் பலரும் கூட்டமாக வந்து விநாயகரை வணங்கினர். அவர்களைக் கண்ட பராசரர் எத்தனையோ யாகங்களும்

தவங்களும் செய்து உங்கள் ஒவ்வொருவரையும் தரிசிக்க வேண்டும் அப்படியிருக்க நீங்கள் அனைவருமே ஒன்றாகத் திரண்டு இங்கு வந்தது என்னை மகிழ்ச்சியில் திக்குமுக்காட வைக்கிறது என்று சொல்லி அவர்களை வரவேற்றார்.

அவர்கள் பராசர முனிவருக்கு ஆசிவழங்கி பிறகு விநாயகப் பெருமானைப் பணிந்து சுவாமி, காலநேமி, தேவருலகிலும் யாகங்களை அழித்து எம்மைத் தண்டிக்கிறான். அவனை அழித்து எம்மையும் காப்பாற்றுங்கள்" என்று வேண்டினர்.

உடனே விநாயகர் தனது கையிலிருந்த அங்குசத்தை எடுத்து காலநேமியைக் கட்டி இழுத்து வரும்படி ஏவினார். அது அவ்வாறே செய்தது. இனித் தப்ப முடியாது என்பதை அறிந்த காலநேமி , ஐயனே நான் செய்த குற்றங்களை மன்னித்து விடுங்கள் என்று அவரது பாதம் பணிந்தான். விநாயகர் காலநேமியை மன்னித்தார்.

விநாயகப் பெருமானே தனக்குப் பிள்ளையாகப் பிறந்த போதிலும் அறியாமையினால் அவரைக் காட்டில் விட்டதற்காக வரேணியனும் அவனது மனைவி புஷ்பகையும் இப்போது பெரிதும் வருந்தினர். பரராச முனிவரின் ஆசிரமத்திற்கு வந்து விநாயகரை வணங்கினர், தங்கள் பிழையைப் பொறுத்தருளுமாறு வேண்டினர். அவர்களுக்கு பலவரங்களைத் தந்து ஆசி கூறி அனுப்பி வைத்த விநாயகப் பெருமான், பராசர முனிவருக்கும் அருள் பாலித்து வரமருளி தன் இருப்பிடம் சென்றார்.

❀❀❀

25. மயில்வாகனராகிய வேழமுகன்

தேவர்களுக்கும் அசுரர்களுக்கும் அடிக்கடி போர் நடப்பது வழக்கம். அவ்வாறு ஒரு சமயம் போர் நடந்த போது, அசுரர்கள் கை ஓங்கியது. அச்சம் கொண்ட தேவர்கள் இனிமேல் தங்களால் அசுரர்களை வெல்ல முடியாது என்பதை அறிந்து வேதசாஸ்திரங்களை அஸ்திரங்களாக்கி அசுரர்களின் மீது ஏவினார்கள். அவைகளை எதிர்க்க முடியாமல் அசுரப்படை தோற்று ஓடி ஒளிந்து கொண்டது.

தோற்று ஓடிய அசுரர்கள் சங்காசுரன் என்ற அசுர அரசனிடம் சென்று தேவர்கள் தேவசாஸ்திரங்களை வைத்திருக்கும் வரையில் அவர்களை அசுரர்களினால் வெல்லவே முடியாது. ஏதாவது செய்யுங்கள் என்றனர், அப்போது ஒரு திட்டம் உருவானது.

சங்காசுரனை விட ஆயிரம் மடங்கு வல்லவன் அவன் தம்பி கமலாசுரன். ஆகவே சங்காசுரன்; "தம்பி வேதசாஸ்திரங்கள் பிரமதேவரிடம் இருக்கின்றன. நீ மாய உருக் கொண்டு சென்று அவற்றைக் கைப்பற்றி வா" என்றான். கமலாசுரன் மாய உருக் கொண்டு சென்று வேதசாஸ்திரங்களைக் கைப்பற்றி வந்து கடலுள் மறைத்து வைத்து விட்டு அதற்குப் பலத்த காவல் வைத்தான். வேதசாஸ்திரங்களைப் பறி கொடுத்து தேவர்கள் அடைந்த வருத்தம்

கொஞ்சநஞ்சம் அல்ல. அசுரர்களை அடக்கும் ஒரே ஆயுதம் அதுவாகத்தான் இருந்தது, இப்பொழுது அவைகள் தொலைந்து விட்டதால் தம்மை அசுரர்கள் அழித்து விடுவார்கள் என்று அஞ்சி நடுங்கினர்.

தமது பயத்தைப் பிரம்மதேவரிடம் சொல்ல, பிரம்மன் தேவர்களை அழைத்துக் கொண்டு மகாவிஷ்ணுவிடம் சென்றபோது அவர் நிஷ்டையில் இருக்கவே, பரமேஸ்வரனிடம் சென்று முறையிட்டனர்; அதைக் கேட்ட பரமேஸ்வரன் அச்சம் வேண்டாம், மகாவிஷ்ணு மிக விரைவில் நிஷ்டையில் இருந்து எழுந்து சங்காசுரனைச் சம்கரிப்பார் என்றார்.

இதைக்கேட்ட நான்முகன், “பரமேஸ்வரா! மகா விஷ்ணுவால் சங்காசுரனைச் சம்கரிக்க முடியாது. அவன் மகா விஷ்ணுவை விட நூறு மடங்கு பலம் மிக்கவன். அவனை அழிக்க ஆதிபரம் பொருளான விநாயகரால் மட்டுமே முடியும்” என்றார். பிறகு இருவரும் விநாயகரை நினைத்து ஏகாட்சரமந்திரத்தை ஜெபித்ததும் அவர்கள் முன்னால் நான்கு கரங்கள் கொண்டு சிங்க வாகனத்தில் தோன்றிய விநாயகர் “நீங்கள் அந்த அசுரன் வேதங்களை மறைத்து வைத்து விட்டான் என்று கவலைப்படாதீர்கள். எனது மூன்று நேத்திரங்களும் மூன்று வேதங்களாகும்” என்று அருளினார். இதனைக் கேட்டு சிவனும் நான்முகனும் மகிழ்ந்து தத்தம் லோகங்களுக்குச் சென்றனர்.

விநாயகப் பெருமான் அந்தண வேடங் கொண்டு ஆயிரக்கணக்கான சீடர்கள் புடைசூழ பூவுலகில் உள்ள சுந்தர ஆச்சிரமத்திற்கு வந்தார். அங்குள்ள முனிவர்கள் அவரை கோலாகலமாக வரவேற்று உபசரித்தனர். அவர்களுக்கு விநாயகர் வேதங்களைக் கற்பித்தார். இதனால் மண்ணுலத்தில் இதுநாள் வரை வாடியிருந்த தர்மம் தளிர்விட ஆரம்பித்தது, மாதம் மும்மாரி பொழிய விளைச்சல் பெருகியது.

இதை அறிந்த கமலாசுரன், சகோதரனை அணுகி, அண்ணா நான் உங்கள் எண்ணப்படி தேவர்களிடமிருந்து வேதங்களைக் கைப்பற்றி அவற்றைத் தகுந்த காவலில் வைத்திருக்கிறேன். அப்படியிருந்தும் ஒரு அழகான வேதியன் சுந்தர ஆசிரமத்திற்கு வந்து அங்குள்ள முனிவர்களுக்கும் அந்தணர்களுக்கும் வேதம் கற்றுத் தர அதனால் அவர்கள் தினமும் யாகமும் ஹோமமும் செய்வதாக அறிந்தேன். இதை முதலில் தடுத்து நிறுத்த வேண்டும் என்றான்.

முதலில் இந்த வார்த்தைகளை நம்ப மறுத்தபோதிலும் உண்மை இருக்குமோ என்ற சந்தேகம் தோன்றியது ஆகவே சங்காசுரன் அந்த அந்தணரை அழிப்பதற்காகச் சுந்தர ஆச்சிரமத்திற்கு வந்தான்.

இதை முன்னமே எதிர்பார்த்த விநாயகர் ஆயிரக்கணக்கான போர் வீரர்களை உருவாக்கி போருக்குத் தயாராக இருந்தார். கமலாசுரனது படைகள் விநாயகரது படையுடன் மோதின. கமலாசுரன் நாகாஸ்திரத்தை விட விநாயகரின் வீரர்கள் மயங்கி விழுந்தனர். உடனே விநாயகர் சக்கராயுதத்தை விட மயங்கிய படைவீரர்கள் மயக்கம் தெளிந்து எழுந்து ஆரவாரம் செய்தனர்.

அதைக் கண்ட கமலாசுரன் தன்னிடமிருந்த சக்கராயுதத்தை விட்டான். அது தனது ஆயிரம் முனைகளிலிருந்தும் தீயைக் கக்கியபடி வந்தது. வீரர்கள் உஷ்ணம் தாங்க முடியாது அலறிப்புடைத்துக் கொண்டு ஒடினர். அப்போது விநாயகர் புன்னகைத்து விட்டுத் தனது சக்கரத்தை நீட்டினார். என்ன ஆச்சரியம்? உறைக்குள் அடங்கும் வாளைப்போலவும், பொந்துக்குள் பதுங்கும் பாம்பைப்போலவும் கமலாசுரனுடைய சக்கரம் விநாயகச் சக்கரத்தினுள் ஐக்கியமாகிவிட்டது.

கமலாசுரன் வருணாஸ்திரத்தை ஏவினான். எங்கும் தண்ணீர் வெள்ளம் போலச் சூழ்ந்தது. இதனைக் கண்ட விநாயகர் உடனே சப்த மேகங்களை அழைத்தார். அவை ஒரு சொட்டுத் தண்ணீர் கூட இல்லாமல் அத்தனை நீரையும் உறிஞ்சிக் குடித்தன. அவன் வேறு அஸ்திரங்கள் செலுத்தி விநாயகப் படையை துவம்சம் செய்தான். வேழமுகத்தோனும் அதற்குச் சரியான பதில் அஸ்திரங்களைப் பிரயோகித்து தகுந்த பதிலடி கொடுத்த வண்ணம் இருந்தார். மாலைப்பொழுது வந்தது, சூரியன் மறைய போர் நிறுத்தப்பட்டது. கமலாசுரன் தனது இருப்பிடம் திரும்பினான்.

ஆசிரமத்தில் உள்ள முனிவர்கள் விநாயகரைச் சூழ்ந்து நின்று வணங்கினார்கள், அப்பொழுது "முனிவர்களே நான் கமலாசுரனை வெல்வதற்கு ஒரு வழி சொல்லுங்கள்" என்று விநாயகர் கேட்டார். "சுவாமி எல்லாம் அறிந்த தாங்கள் எங்களைக் கேட்பது குழந்தையிடம் தாய் ஆலோசனை கேட்பது போலத் தோன்றுகிறது. இருப்பினும் சொல்கிறோம். ஐயனே கமலாசுரன் தேரிலும் யானையிலும் குதிரையிலும் இருந்து போரிடுகின்றான். ஆகவே தாங்களும் ஒரு வாகனத்தில் அமர்ந்து அவனுடன் போரிட்டால் சௌகரியமாக இருக்கும். யாகம் ஒன்று செய்தால் அதில் இருந்து மயில் ஒன்று

வெளிப்படும், அதை வாகனமாக்கிக் கொண்டு தாங்கள் போர் செய்ய வேண்டும் என்றனர்.

விநாயகர் அதற்கு சம்மதிக்கவே முனிவர்கள் யாகம் செய்தனர். அதில் இருந்து பிரம்மாண்டமான மயில் ஒன்று வெளிப்பட்டது. அதன்மீது பெருமான் ஆரோகணித்துக் கமலாசுரனுடன் யுத்தம் செய்யப் புறப்பட்டார். அப்பொழுது அங்கு வந்த புத்தி தேவி "சுவாமி நீங்கள் ஆணையிட்டால் நான் அவ்வசுரனை நொடிப் பொழுதில் அழிப்பேன்" என்றாள். விநாயகர் புன்சிரிப்புடன் அனுமதி வழங்கப் புத்தி தேவி விமானத்தில் ஏறி யுத்த களத்திற்குச் சென்றார். அங்கே தனது சக்தியால் அளவற்ற போர் வீரர்களை உருவாக்கி உக்கிரமாகப் போர் செய்தாள். சிறிது நேரத்தில் அவளது வீரர்கள் தளார்ச்சியடைந்தனர்.

உடனே வீரன் ஒருவனைத் தோற்றுவித்த புத்திதேவி, மகனே உனது தந்தை விநாயகர் சுந்தரஆசிரமத்தில் மயில் மீது வீற்றிருக்கிறார். அவரிடம் சென்று ஆசி பெற்றுப் போருக்கு வா" என்றாள். அவன் சுந்தர ஆச்சிரமத்திற்குச் சென்று விநாயகரைப் பணிந்தான்; "மைந்தா, நீ பல இலாபங்களைப் பெறப் போகிறாய். அதனால் உனக்கு இலாபன் என்று நாமஞ் சூட்டுகின்றேன். நீ போரில் வெற்றி பெற்று வருவாய்" என்று விநாயகர் அவனுக்கு ஆசி வழங்கி அனுப்பினார்.

இலாபனுக்கும் அசுரனுக்கும் கடும்போர் நடந்தது. கமலாசுரன் மோகனாஸ்திரத்தை எடுத்து விட்டான். இலாபனது படை வீரர்கள் அனைவரும் அவ் அஸ்திரத்தினால் மயக்கமடைந்தனர், இலாபன் ஒருவன் மட்டுமே மயங்காமல் இருந்தான். பிள்ளையின் பெருமையை உலகுக்கு அறிவிக்க விரும்பி விநாயகரும் மயங்கிக் கிடந்தார். இலாபன் மட்டும் மயங்காது போரிட்டான். ஆறுநாட்கள் போருக்குப் பிறகு அவனோடு போரிட முடியாத கமலாசுரன் தப்பி ஓடினான்.

இலாபன் ஆசிரமத்திற்கு வந்த போது விநாயகரும் மற்றவரைப் போலவே மயங்கிக் கிடப்பதைக் கண்டு திடுக்கிட்டான். இந்தத் திருவிளையாடலை உலகுக்கு எடுத்துரைக்க விரும்பி தீமூட்டி அதில் இறங்கத் தயாரானான். அதைக் கண்ட விநாயகர் எழுந்து; "மகனே உன்னைச் சோதிக்கவே இவ்வாறு இருந்தேன்" என்று கூறி மயில் வாகனத்தில் ஏறி போர்க்களம் சென்றார்.

படைகளைத் திரட்டிக்கொண்டு ஆவேசத்தோடு வந்தான் கமலாசுரன். தனது மாயங்களைக் காட்டி ஆகாசமுழுவதும் நிரையும் படியாக அம்புகளை எய்தான். அதனால் விநாயகர் தனது பாசத்தை

விட்டார். அது கமலாசுரனைக் கட்டி இழுத்து வந்து அவரின் முன் விட்டது.

இந்த வாய்ப்பை பயன்படுத்திக் கொண்டு கமலாசுரன் தனது தண்டத்தினால் விநாயகரது மார்பில் ஓங்கி அடித்தான். அதனை தனது தண்டத்தினால் தடுத்த விநாயகர் தமது தண்டாயுதத்தால் அவனைத் தாக்கினார். கமலாசுரனின் உடல் பொடிப் பொடியானது. தேவர்கள் பூமாரி பொழிந்து ஆரவாரம் செய்தனர். ஆனால் துரதிருஷ்ட வசமாக மறுகணம் ஒவ்வொரு துண்டும் ஒவ்வொரு கமலாசுரனானது. அத்தனை அசுரர்களும் ஒன்றாகத் திரண்டு விநாயகரைத் தாக்க வந்தனர்.

விநாயகர் ஒவ்வொருவரையும் தாக்கிச் சிதறடித்தார், சிதறிய இரத்தத்தில் இருந்து கோடிக்கணக்கான கமலாசுரர்கள் தோன்றிப் போரிட்டனர். அவர்கள் கைகளிலே கதைகளை சூழற்றி வீசியபடியே ஹா... ஹோ... என்று பயங்கரமாகக் கத்திக் கொண்டு எதிரிகளைத் தாக்கி வீழ்த்தினர். விநாயகரது படை சிதறுவதையும், அழிவதையும் பார்த்த தேவர்கள் ஐயோ நம் நிலை இப்படியாகிவிட்டதே என்று வருத்தப்பட்டனர். தேவர் குலமே அழிந்து விடுமோ என்ற அச்சத்தில் நடுங்கினர்.

இலாபன் தாயார் இருவரையும் நினைத்துத் தொழுதான். சித்தியும் புத்தியும் ஒன்பது கோடி பூதங்களைச் சிருஷ்டித்து அனுப்பினர். அவை விநாயகரால் தாக்கப்படும் கமலாசுரர்களின் இரத்தத்தை ஒரு சொட்டு கீழே விழாமல் குடித்தன. அதனால் கமலாசுரன் தனியாகி நின்றான்.

விநாயகர் அவன் மீது தனது சூலாயுதத்தை எறிந்தார், அது அவனை மூன்று துண்டுகளாகப் பிளந்தது. அவனது ஆத்மா விநாயகரின் திருவடியை அடைந்தது. தேவர்கள் மகிழ்ச்சி ஆரவாரம் செய்தனர், விநாயகரைத் துதித்துப் போற்றினர்.

அந்த இடத்தில் ஒரு ஆலயம் அமைத்து விநாயகரைப் பிரதிஷ்டை செய்தனர். அவர் மயூரநாதர் என்றும் அந்தத் தலம் திரிசித்த க்ஷேத்திரம் என்றும் வழங்கப்பட்டு முனிவர்களாலும், தேவர்களாலும் வழிபடப்பட்டது.

***

26. விநாயகரின் திருவிளையாடல்கள்

மைதல தேசத்து அரசன் சக்கரபாணியும் அவனது மனைவி வக்கிரையும் பக்தி மிகுந்தவர்கள், அவர்களுக்குப் பல பிள்ளைகள் பிறந்தன. ஆனாலும் அவைகள் இறந்து விட்டன. இதனால் மனம் வருந்திய மன்னன் மனைவியோடு காட்டுக்குச் சென்று தவம் புரிய எண்ணம் கொண்டான்.

அந்த நேரத்தில் அரண்மனைக்கு சவுணகமுனிவர் என்பவர் வந்தார். அவரிடம் தம்பதியர் இருவரும் தங்கள் குறையைக் கூறி வருந்தினர். அதைக்கேட்ட முனிவர் "மன்னா நீ சூரிய விரதத்தை அனுஷ்டித்தால் உனக்கு புத்திரன் பிறப்பான்" என்று கூறி அவ்விரதத்தை அனுஷ்டிக்கும் முறைகளைக் கூறிச் சென்றார். அரசன் முனிவர் கூறியது போல விரதத்தை அனுஷ்டித்தான்.

அரசன் மலடன் என்பதை அறிந்த சூரியபகவான், இருபத்தோராம் நாள் மன்னனைப் போலவே உருவம் எடுத்துக்கொண்டு சென்று வக்கிரையுடன் கூடியிருந்து விட்டுச் சென்றான். பத்து மாதம் சென்றதும் வக்கிரை ஆண்பிள்ளையைப் பெற்றாள். அந்தக் குழந்தை பிறக்கும் போது மூன்று கண்களையும், சிவந்த சடையையும் தன் இரு கரங்களிலும் சூலங்களையும் ஏந்திக் கொண்டு பிறந்தது.

அப்பொழுது வருணன் ஒரு கிழப்பிராமணராக வேடந்தாங்கி வந்து அக்குழந்தைக்குச் சிந்து எனப் பெயரிட்டு ஆசி வழங்கிவிட்டுச் சென்றான். அந்தக் குழந்தை சிறு வயதிலேயே பராக்கிரமம் மிக்கவனாகத் திகழ்ந்தான். எட்டுத் திசைகளும் சென்று காண்போரையெல்லாம் தாக்கினான். மலைகளை உடைத்தான். சமுத்திரங்களைக் கலக்கினான். சந்திரனைப் பிடித்து விளையாடினான். இதைப்பார்த்தார் அசுரகுரு சுக்கிராச்சாரியார், ஆஹா இவனல்லவா அசுர குலத்தைக் காப்பதற்கு பிறந்த இளஞ்சிங்கம் என்று அறிந்தார்.

ஆதலால் அவனிடம் வந்து; "சிந்து ராஜனே நீ சிவபெருமானை நினைத்துத் தவம் செய்து சகல பராக்கிரமங்களையும் அடைவாயாக" என்று ஆலோசனை கூறிவிட்டுச் சென்றார். அவரது வார்த்தைகளை வேதவாக்காக ஏற்ற சிந்துராஜன், அவ்வாறே சிவபெருமானை நினைத்து இரண்டாயிரம் வருடங்கள் தவம் செய்தான்.

அவன் தவத்திற்கு மெச்சி சிவபெருமான் தோன்றி; "உனக்கு என்ன வரம் வேண்டும்" என்று கேட்டார். "ஈசனே சகல புவனங்களும் எனக்குரியதாக வேண்டும். அத்துடன் தேவர்களால் எனக்கு அழிவு ஏற்படக் கூடாது" என்று கேட்டான் சிந்து. "அப்படியே ஆகட்டும்" என்று வரம் தந்தார் சிவபெருமான். சக்தி வாய்ந்த வரங்களைப் பெற்ற சிந்து தேவர்களை அடிமைப்படுத்திச் சிறையில் அடைத்தான். அவர்களை ஏவல் செய்து வேலைக்காரர்களைப் போல நடத்தினான்.

செய்வதறியாது தவித்த தேவர்கள் மனம் வருந்தி தமது குருவான பிரகஸ்பதியிடம் மனக்குமுறலை வெளிப்படுத்தினர். அவர், "எல்லாம் வல்ல விக்னேஸ்வரப் பெருமானால் மட்டுமே உங்களது துயரங்கள் மறையும். ஆகவே அவரை வணங்குங்கள்" என்று கூறினார். அதைத் தேவர்கள் சிவபெருமானிடமும் பார்வதிதேவியிடமும் இதுகுறித்துக் கூறியபோது, பரமசிவன் கைலாயத்திற்கு நிகரான ஒரு கோயிலை பூவுலகில் ஏற்படுத்தினார். பிறகு அவர்கள் இருவரும் அங்கு எழுந்தருளினர்.

அப்போது சிவன் நிஷ்டையில் இருந்தார், அதைக் கண்ட பார்வதி தேவி ஐயனே சகல உலகங்களில் உள்ள உயிர்கள் அனைத்துமே உங்களை வணங்குகிறது. அப்படியிருக்க நீங்கள் யாரை எண்ணி தவம் செய்கிறீர்கள்? என்று கேட்டாள்.

விஷ்ணு முதல் சகல தேவர்களும் என்னை மனத்தில் இருத்தி நிஷ்டையில் இருப்பதைப் போல நான் ஆதிபரம்பொருளான மகாவிநாயகரை மனத்தில் இருத்தி நிஷ்டையில் இருக்கிறேன். சிந்துராஜனை அழிக்க அந்த விநாயகன் உன் வயிற்றில் அவதரிக்க வேண்டும், அதற்காக நீயும் பன்னிரண்டு வருடங்கள் சதுர்த்தி விரதம் அனுஷ்டிப்பது அவசியம் என்று சொல்லி அவளுக்கு விநாயகரின் ஏகாக்கிர மந்திரத்தை உபதேசித்தார்.

பார்வதிதேவி அவ்வாறு பன்னிரண்டு வருடங்கள் சதுர்த்திவிரதம் அனுஷ்டித்து ஏகாட்சர மந்திரத்தை உச்சரித்ததன் பயனாக விநாயகப் பெருமான் தேவிக்கு விஸ்வரூப தரிசனம் காண்பித்தார். உடனே தேவி “முழுமுதற்கடவுளே எனக்கு நீ குழந்தையாகத் தோன்றி எனது மடியில் விளையாட வேண்டும்” என்று வேண்ட வேழமுகத்தோனும் அப்போதே குழந்தையாகி அவளது மடியில் ஏறி அமர்ந்தார். அவளது மார்பில் பால்சுரந்தது. அவள் விநாயகருக்கு தாய்ப்பால் ஊட்டினாள். இதே நேரத்தில் சிறையில் அடைபட்டிருந்த தேவர்களுக்கு இனம் புரியாத மகிழ்ச்சி ஏற்பட்டது. நல்ல சகுனங்கள் தோன்றின.

சிந்துராஜன் அரண்மனையில் பல துர்சகுனங்கள் தோன்றின. கண்ணாடிகள் உடைந்தன, பால் தரையில் சிந்தியது, அவனது இடது கண் துடித்தது. அப்போது பரபரப்பாக உள்ளே நுழைந்த ஒற்றர்கள் அரசே! திரிசந்தி முனிவரது ஆசிரமத்தில் முனிவர்களோடு

வசிக்கின்ற பார்வதி தேவிக்கு விசித்திரமான விதத்தில் ஒரு குழந்தை பிறந்திருக்கிறது. அது மூன்று கண்களுடனும், ஆறுகைகளோடும் காணப்படுகிறது என்று தெரிவித்தனர்.

முன்பு சிவபெருமான் அவனுக்கு வரமளிக்கும் போது கணேசரால் தான் உனக்கு அழிவு ஏற்படும் என்று கூறிய வார்த்தைகளை சிந்துராஜன் நினைத்துக் கொண்டான். எப்படியாவது அந்தக் குழந்தையை உடனே கொன்று தன் பகையைத் தீர்த்துக் கொள்ள நினைத்தான். ஆகவே கிருத்திராசுரன் என்ற அசுரனை அழைத்து விநாயகரைத் தூக்கிவருமாறு ஆணையிட்டான்.

கிருத்திராசுரன் கழுகு போல உருமாறி தொட்டிலில் படுத்து விளையாடிய கணேசரைத் தூக்கிக் கொண்டு வானில் பறந்தான். அப்பொழுது விநாயகர் தனது கரங்களால் கழுகின் கழுத்தை இறுக்கமாகப் பிடித்தார். கழுகு கணேசரைப் பார்வதியின் மடியில் போட்டு விட்டு கீழே விழுந்து இறந்தது.

அதன் பின் கேமாசுரன், குசலாசுரன் என்னும் இருவரை எலியாக மாற்றிக் கணேசரைக் கொல்லுமாறு அனுப்பினான். அவர்கள் இருவரும் ஒருவரோடு ஒருவர் சண்டைபோடுவதைப் போல வந்து வேழமுகத்தோன் மீது விழுந்தனர். உடனே கணேசன் பூனையாக மாறி அவர்களைக் கடித்துக் குதறினார். பின் குரோசுரன் என்பவனைப் பூனையாக மாற்றி அனுப்பினான். கணேசர் உடனே மிகப் பெரிய நாயாக மாறிப் பூனையைப் பிடித்து தரையில் அடித்துக் கொன்றார்.

பாலாசுரன் என்பவன் முனி குமாரன் போல் வந்து அவருடன் விளையாடினான். இதை அறிந்த கணேசர் அவனை விளையாடுவதைப் போலவே கொன்றார். பிறகு சிந்துராஜன் அவரைக் கொல்வதற்கு வியோமாசுரனை அனுப்பினான். அவன் மாமரமாகி நின்றான். அதில் இருந்த பொந்துள் நுழைந்த கணேசர் உடனே விஸ்வரூபமெடுக்க மாமரம் இரண்டாகப் பிளந்தது. அதனால் வியோமாசுரன் இறந்தான்.

ஒரு நாளைக்கு நூறு எருமைகளை உண்ணும் ராட்சசி இருந்தாள். அதனால் அவளுக்கு சதமகிஷ பட்சினி என்று பெயர். அவளை கணேசரை அழிக்க சிந்துராஜன் அனுப்பிவைத்தான். அந்த அரக்கி அழகிய பெண்ணுரு எடுத்து வந்து கணேசரைத் தூக்கிக் கொண்டு வானில் பறந்தாள். கணேசர் அவளது காதைப் பிடித்து இழுத்தார்,

வலி தாங்க முடியாத அவள் கணேசரை விட்டு விட்டு நிலத்தில் பிணமாக விழுந்தாள். கடாசுரன் என்பவன் ஆமையாக மாறி ஊர்ந்து வந்தான். அவனைக் காலால் மதித்துக் கொன்றார். பிறகு கற்பகாசுரன் குதிரையாக வந்தான். கணேசர் அதன் மீதேறி உலகம் முழுவதும் சுற்றிவந்தார். களைப்படைந்த குதிரை வாயில் நுரைதள்ளிச் செத்தது. இப்படியாக அரக்கர்களை அவர் எமனுலகு அனுப்பிவைத்தார்.

துந்துவி என்ற அசுரன் விஷப்பழங்களைக் கொண்டு வந்து கணேசருக்குக் கொடுத்தான். அவற்றைக் கணேசர் வாங்கி உண்டு விட்டு அவனுக்கு மோதகம் கொடுத்தார். அவன் பழங்களில் வைத்திருந்த விஷம் இப்போது மோதகத்தில் எறி அவன் உயிரை மாய்த்தது. அசகாசுரன் மலைப்பாம்பாக மாறி ஆசிரமத்திற்கு வந்து கணேசரை விழுங்கினான். கணேசர் விஸ்வரூபமெடுத்து அவனது வயிற்றைக் கிழித்துக் கொண்டு வெளியில் வந்து விட்டார். இதைக் கண்டு தேவர்கள் மகிழ்ச்சியோடு மலர் மாரி பொழிந்து வாழ்த்தினர்.

ஒருநாள் ரிஷி பத்தினிகள் கணேசக் குழந்தையை அருகில் இருந்த சோலைக்கு அழைத்துச் சென்று விளையாடிக் கொண்டிருந்தனர். அப்போது கமலாசுரன் பெரிய பட்சியின் உருக்கொண்டு கணேசரைத் தூக்க வந்தான். பெண்கள் பயந்து அலறிக் கொண்டு ஆசிரமத்தை நோக்கி ஓடினர். கணேசரை ஒருத்தி இடுப்பில் வைத்துக் கொண்டு ஓடினாள். பறவை அவளை நோக்கிப் பறந்து வந்தது. அந்தப் பெண் காப்பாற்றுங்கள் என்று அலறினாள். உடனே கணேசர் ஒரு கையினால் பட்சியின் கால்களைப் பிடித்துத் தூக்கி நிலத்தில் மோதிக் கொன்றார். இதைப் பார்த்த ரிஷி பத்தினிகள் அடைந்த வியப்பிற்கு அளவேயில்லை.

வீமாசுரன் என்ற அசுரன் தேவசிற்பியான விஸ்வகர்மனின் உருக் கொண்டு வந்து கணேசரின் கால்களில் இரண்டு அரக்கர்களை இரண்டு சிலம்புகளாகச் செய்து போட்டான். அதை அறிந்த கணேசர் விளையாட்டாகத் தன் கால்களை உதற சிலம்புகள் உடைந்து வீமாசுரனைத் தாக்கியது. அப்போது சிலம்பாக இருந்த இரு அரக்கர்களும் வீமாசுரனும் ஆக மூன்று அசுரர்களும் ஒன்றாக எமலோகம் சென்றனர். விகிதாசுரன் முனிவர்கள் நீராடும் தடாகத்தில் மீனாக உருவெடுத்து கணேசரை விழுங்கக் காத்திருந்தான். இதை அறிந்த கணேசர் அந்த ராட்சத மீனைப் பிடித்து தரையில் எறிந்து கொன்றார்.

ஒருநாள் கர்த்தமாசுரன் ஆசிரமத்திற்கு வந்து குழந்தைகளை விழுங்கிக் காதின் வழியாகவும் மூக்கின் வழியாகவும் வெளியே வரச் செய்து வேடிக்கை காட்டினான். வா உன்னையும் விழுங்கி வெளியே எடுக்கிறேன் என்று கணேசரை அழைத்தான். பார்வதி அதற்கு ஒப்புக் கொள்ளவில்லை. ஆனால் பிடிவாதமாக அவன் தேவியின் மடியில் இருந்த கணேசரைத் தூக்கி விழுங்கி விட்டு எழுந்து சென்றான். அனைவரும் அலறித் துடித்தனர்.

அப்போது கணேசர் தனது தாயின் முகத்திலிருந்து வெளிப்பட்டு அவனை அடித்துக் கொன்றார். இவ்வாறு சிந்துராஜன் அனுப்பி வைத்த அதிக எண்ணிக்கையிலான அசுரர்களை கணேசர் விளையாட்டாக அழித்து ஜெயக்கொடி நாட்டினார்.

ஒருநாள் தேவசிற்பியான விசுவகர்மா ஆச்சிரமத்திற்கு வந்து பரசு, தாமரைமலர், பாசம், அங்குசம் முதலியவற்றை விநாயகருக்குக் கொடுத்தான். அப்போது, ஐயனே ஒருமுறை நான் ஆதித்தனைக் கடைந்தேன். அப்போது சிதறிய துகள்களைக் கொண்டு சூலத்தையும் இந்த ஆயுதங்களையும் செய்தேன். சூலத்தை சிவபெருமான் வைத்திருக்கிறார், இவற்றைத் தாங்கள் ஏற்க வேண்டும் என்றான். அதை விநாயகர் ஏற்றுக் கொண்டார். அப்பொழுது விருகாசுரன் என்பவன் செந்நாய் உருவில் கணேசரைக் கொல்ல வந்தான். கணேசர் அங்குசத்தை ஏவி அவனைக் கொன்றார்.

❊❊❊

27. சிந்துராஜ சம்ஹாரம்

காசிப முனிவரின் மனைவியான வினதை தனது கணவரான முனிவரைப் பணிந்து எமது புத்திரர்கள் நாகர்களால் சிறை வைக்கப்பட்டுள்ளனர். சுவாமி அவர்களை மீட்க வல்ல புத்திரன் ஒருவனைத் தாங்கள் எனக்குத் தந்தருள வேண்டும் என்று வேண்டினாள். அதைக் கேட்ட காசியபர், “பெண்ணே கவலை கொள்ளாதே; உனது வயிற்றில் முட்டை ஒன்று உருவாகும்; அதை விநாயகர் ஒருவரால் தான் உடைக்க முடியும். அப்போது அதனுள் இருந்து ஒரு மயில் வெளிப்படும். அதில் விநாயகர் ஏறிச்சென்று நாகர்களை அழித்து உன் பிள்ளைகளை மீட்டுத் தருவார்'' என்றார்.

அதன்படி வினதையின் வயிற்றில் முட்டை ஒன்று உண்டாகி வெளிப்பட்டது. அதை வினதை கொண்டு வந்து விநாயகருக்குக் கொடுத்தாள். விநாயகர் தனது கைவிரல் நகத்தால் அதை உடைத்தார். அதிலிருந்து வெளிப்பட்ட மயிலின்மீது ஏறிய விநாயகர் “முனி பத்தினியே உனக்கு என்ன வரம் வேண்டும் கேள்” என்றார். “சர்வேஸ்வரா, நாகர்கள் எனது மூன்று புத்திரர்களை சிறைவைத்து கொடுமை செய்கிறார்கள் அவர்களை விடுவிக்க வேண்டும்” என்றாள் வினதை. விநாயகர் அவள் கேட்ட வரத்தை அளித்தார், அதனால் அவருக்கு மயூரேசர் என்ற திருநாமம் ஏற்பட்டது.

அதன் பின் விநாயகர் பாதாள உலகிற்குச் சென்று நாகர்களைக் கொன்று வினதையின் மூன்று புத்திரர்களையும் மீட்டார். அப்போது ஆதிசேஷன் தனது படையுடன் விநாயகரை எதிர்த்து வந்தான். விநாயகர் அவனைப் பிடித்துத் தனது அரைஞாணாகத் தரித்துக் கொண்டார்.

நாளுக்கு நாள் சிந்துராஜனின் கொடுமைகள் அளவுக்கு அதிகமாகியதால் விநாயகர் பூதகணங்களுடனும் வீரபத்திரர் நந்திதேவருடனும் சிந்துராஜனின் தலைநகரான கண்டக நகரை நோக்கிப் புறப்பட்டார். யுத்தத்திற்கு முன்பாக தூது அனுப்ப எண்ணிய விநாயகப் பெருமான் நந்திதேவரை அழைத்து அவரைச் சிந்துராஜனின் அரசசபைக்குத் தூதுவனாக அனுப்பினார்.

சிந்துராஜனின் அரச சபையை அடைந்த நந்திதேவர் விநாயகரை நினைத்துத் தனக்கோர் ஆசனம் தரும்படி வேண்ட, விநாயகர் சிந்துராஜனை விட உயர்ந்த ஆசனத்தைக் கொடுத்தார். சிந்துராஜன் ஆச்சரியமடைந்து "யார் நீ" எதற்காக வந்தாய் என்று சினத்துடன் கேட்டான். அசுரேந்திரா, நான் மயூரேசரால் அனுப்பப்பட்ட தூதுவன் என் பெயர் நந்தி.

அரிய பல தவங்கள் செய்து பல வரங்களைப் பெற்றிருக்கும் நீ, அவற்றைத் தகாத வழியில் பிரயோகித்து மக்களையும் தேவர்களையும் வருத்துகிறாய். தேவர்கள் பலரை அடிமைப்படுத்திச் சிறையில் அடைத்துள்ளாய். இவையெல்லாம் உன்னை அழிவுக்கே இட்டுச் செல்லும். உன்னை அழிக்க சர்வேஸ்வரனான விநாயகர் தனது சேனைகளுடன் உனது நகர எல்லையில் வந்து நிற்கிறார். அவரைப் பணிந்து அவரின் விருப்பப்படி நடந்தாயானால் உயிர் பிழைப்பாய், நற்கதி பெறுவாய் இல்லை என்றால் அவரால் சம்ஹாரம் செய்யப்படுவது உறுதி. நீ மலைபோல நம்பிய கமலாசுரன் முதல் ஏராளமான அசுரர்களை அவர் கொன்று ஒழித்தார். அவரது வல்லமையை இன்னுமா நீ அறியவில்லை, ஆகவே உனது பகையை விட்டொழித்து அவரது பாதம் பணிவாய் என்று இதமாகவும் எச்சரிக்கை செய்யும் விதத்திலும் தான் வந்த விவரத்தைத் தெரிவித்தார்.

சிந்துராஜன் கோபமாகச் சிரித்தான்; "நந்திதேவரே அந்தச் சிறுவனா என்னைக் கொல்லப் போகிறான்? கொசுவை நசுக்குவதைப்போல அவனை நசுக்கி விடுவேன். நீ தூதுவனாக வந்த காரணத்தினால்

உயிர் தப்பினாய், இல்லாவிட்டால் நீ பேசிய பேச்சுக்கு எப்போதோ உனது உடம்பில் இருந்து தலையை வெட்டி எடுத்திருப்பேன் என்று கர்ஜனை செய்தான்.

அவன் வார்த்தைகளைக் கேட்டு கோபம் அடைந்த நந்திதேவர், கோபத்துடன் காலால் நிலத்தை மிதித்தார். ஒரு கணம் அரண்மனை கிடுகிடுவென ஆடியது. சிந்துராஜன் நிலைகுலைந்து குப்புற விழப்போனான். ஆனால் சமாளித்துக் கொண்டான். நந்திதேவர் அவனை எச்சரித்து விட்டுச் சென்றார்.

சிந்துராஜன் தேரில் ஏறிப் போருக்குப் புறப்பட்டான். சுப்பிரமணியரும் நந்திதேவரும் வீரபத்திரரும் வீரவாகுதேவரும் படைகளுடன் அசுரசேனைக்குள் நுழைந்து அசுரர்களைக் கொன்று குவித்தனர். தனது படைகள் யானையின் காலில் பட்டு நசுங்கும் அத்திப்பழத்தைப் போல நசுங்கி கொல்லப்படுவதைக் கண்டு சிந்துராஜன் வெறி கொண்டான். வீரர்களே புறமுதுகு காட்டி ஓடாதீர்கள், பகைவனுக்கும் ஒரே உயிர் தான். ஆகவே துணிவோடு போராடுங்கள் என வீரஉரை கூறினான். தான் எதிரிப்படைகளின் நடுவே தேரைச் செலுத்தி அவர்களை சின்னாபின்னப்படுத்தினான். இதனால் அசுரர்படை சற்று தைரியம் கொண்டு உற்சாகத்தோடு போர் செய்தது.

அப்போது விநாயகர் தேரில் ஏறி வந்து சிந்துராஜனின் முன் நின்றார். அவரைப் பார்த்ததும் சிரிப்பு வந்தது, "சிறுவனே யாருடைய பேச்சையோ கேட்டுக் கொண்டு, புத்தி கெட்டு என்னுடன் போர் புரிய வந்துள்ளாய். அதோ இறந்து கிடக்கும் அசுரர்கள் வரபலம் பெறாதவர்கள். சர்வலோக நாயகனான சிவன், எனக்கு அளித்துள்ள வரங்களைப் பற்றி சிறுவனான உனக்குப் புரியாது. எனவே ஓடிப் போய்விடு. சின்னஞ்சிறு பாலகனான உன்னை மன்னிக்கிறேன்" என்றான் சிந்துராஜன்.

"மூடனே, நீ தேவர்களைக் கொடுமைப்படுத்திய அந்தக் கணத்தில் இருந்தே முக்கண்ணனிடம் பெற்ற வரங்கள் பலமிழந்து விட்டன. இதை அறியாமல் ஆணவமாகப் பேசுகிறாய், மேலும் உன்னைச் சம்ஹாரம் செய்வதற்காகவே நான் அவதரித்திருக்கிறேன். இன்னும் காலங்கடந்து விடவில்லை. சிறைப்பிடித்த தேவர்களை விட்டு என் பாதார விந்தங்களில் சரணடை. உன்னை மன்னித்து உயிர்ப்பிச்சை அளிக்கிறேன்'' என்றார் விநாயகர்.

அடேய் சிறுவா! நீயா எனக்குப் புத்திமதி சொல்கிறாய்? என்று கர்ஜித்த சிந்துராஜன், விநாயகரின் மீது தன் வில்லை வளைத்து பாணங்களை மழையாகப் பொழிந்தான். அவைகளைத் தடுத்த விநாயகர் ஒரு அஸ்திரத்தை சிந்துராஜன் மீது ஏவினார்.

சிந்துராஜன் மயக்கமடைந்து விழுந்தான். சிறிது நேரத்தில் மயக்கம் தெளிந்து எழுந்த சிந்துராஜன் சூரியாஸ்திரத்தை எடுத்து விட்டான். கணேசர் தன் கையில் வைத்திருந்த சூலாயுதத்தை எறிய அது சூரியாஸ்திரத்தை விழுங்கி விட்டுச் சிந்துராஜனின் கிரிடத்தைக் கீழே தள்ளி விட்டு அவனது காதுகளை அறுத்து விட்டுத் திரும்பியது. அதனால் சிந்துராஜன் போர்க்களத்தில் இருந்து ஓடி ஒளிந்து மறைந்து கொண்டான்.

மறுநாள் நடைபெற்ற போரில் சிந்துராஜனின் புத்திரர்கள் இருவரும் கொல்லப்பட்டனர். புத்திரசோகத்தால் துடித்தான் சிந்துராஜன். பிறகு ஒருவாறு மனத்தைத் தேற்றிக் கொண்டு போருக்குப் புறப்பட்டான். யுத்தம் நீடிப்பதை விரும்பாத நாரதர், சீக்கிரம் முடித்து விடுங்கள் என்று சொல்வதற்காக விநாயகப் பெருமானிடம் சென்றபோது அவரது உள்ளக்கருத்தை அறிந்த அவர், நாரதா! நாளையுடன் யுத்தம் முடிவடையும் என்றார்.

மறுநாள் யுத்தபூமிக்கு வந்த சிந்துராஜன் அங்கு நின்ற பூத கணங்களை நோக்கி நான் உங்களோடு போர் செய்ய விரும்பவில்லை, என்னை அழிப்பதாகச் சொன்ன பிள்ளையை அழைத்து வாருங்கள் என்றான். அப்போது விநாயகர் புன்முறுவலோடு எதிரில் வந்து நின்றார். உடனே சிந்துராஜன் தனது சக்கராயுதத்தை அவர் மீது ஏவினன். அது மூன்று முறை அவரைச் சுற்றி வந்து அவர் வசமானது. பின் அவன் சூலத்தை ஏவினான். விநாயகர் தன் கையில் இருந்த பரிசத்தை செலுத்த இரண்டும் ஆகாயத்தில் மோதிக் கொண்டன.

சூலத்தில் இருந்து அசுரர்களும், பரிசத்தில் இருந்து பூதகணங்களும் தோன்றினர். ஆனாலும் பூத கணங்கள் அசுரர்களைக் கொன்று அழித்து விட்டன. நேரம் வந்து விட்டதை அறிந்த விநாயகர் சூலாயுதத்தை விட அது சிந்துராஜன் தலையைக் கொய்தது.

சிந்துராஜன் இறந்த செய்தி கேட்டு அவ்விடத்திற்கு ஓடி வந்த சிந்துராஜனின் தந்தை சக்கரபாணி, விநாயகரைப் பணிந்து

வணங்கினார். பிள்ளை இறந்தது கண்டு கதறி அழுதார். பிறகு ஈமச்சடங்குகளைச் செய்துவிட்டு விநாயகப்பெருமானைத் தனது அரண்மனைக்கு அழைத்து மிக விமரிசையான பூசை செய்து வழிபட்டார். அவருடைய மகன் செய்த தவறுக்கு அவரது செயல் பிராயச்சித்தமாக அமைந்தது.

இது கண்டு மகிழ்ச்சி அடைந்த விநாயகப் பெருமான் அவருக்கு முடி சூட்டி வைத்தார். வீரபத்திரர், சிந்துராஜனால் சிறை வைக்கப்பட்ட தேவர்களைச் சிறையிலிருந்து விடுவித்தார், தேவர்கள் மகிழ்ச்சி ஆரவாரம் செய்தனர். மலர்மாரி பொழிந்து விநாயகரது பாதங்களைப் பணிந்து போற்றினர். சக்கரபாணி விநாயகரது கட்டளையை ஏற்று நீண்டகாலம் நல்லாட்சி நடத்தி இறுதியில் அவரது பாதங்களை அடைந்தார்.

✻✻✻

28. கஜமுகனை வதைத்த கணேசர்

தேவர்களுக்கும் அசுரர்களுக்கும் தொடர்ச்சியாக நடைபெற்ற போர்களில் அசுரர்சேனை பலம் இழந்து வந்தது, ஏராளமான அசுரர்கள் இறந்துவிட்டனர். இதைக்கண்டு அசுரகுரு சுக்கிராச்சாரியார் கவலை அடைந்தார். இந்த நிலை நீடித்தால் அசுரகுலமே அழிந்து விடும். இதை எப்படியாவது தடுக்க வேண்டும் என்று தீவிர சிந்தனை செய்தார்.

அசுரர்களை அழைத்து, வசிஷ்டர் மரபில் வந்த மாகதர் என்ற முனிவர் காட்டில் கடுமையான தவத்தில் ஈடுபட்டிருக்கிறார். உங்கள் குலத்தில் பிறந்த கன்னியை அனுப்பி அவருடன் உடலுறவு கொள்ளுமாறு செய்தால் அவளுக்குப் பிறக்கும் குழந்தை தேவேந்திரனை வெல்லக்கூடிய அசுரனாக இருப்பான் என்ற ஆலோசனை சொன்னார்.

அவரது வாக்கினை வேதவாக்காகக் கொண்ட அசுரர்கள் விபுதை என்ற மிக அழகான இளம் பெண்ணை மாகத முனிவரை மயக்க அனுப்பி வைத்தனர். அவள் அவரிடம் சென்ற போது முனிவர் கண்களை மூடிக் கடுமையான தவத்தில் இருந்தார். அவரது நிஷ்டையைக் கலைக்க விரும்பாத அந்தப் பெண் அவருடைய பக்கத்தில் இருந்து பணிவிடைகள் செய்து வந்தாள். சில நேரங்களில் அவளும் நிஷ்டையில் ஈடுபட்டாள்.

சிறிது காலம் சென்றது. மாகதமுனிவர் ஒருநாள் நிஷ்டையில் இருந்து கண்விழித்தார். அவர் எதிரில் ஆணும் பெண்ணுமாக இரண்டு யானைகள் காதல் விளையாட்டில் ஈடுபட்டன. இத்தனை காலம் ஐம்புலனை அடக்கிய முனிவருக்கு அந்தக் காட்சியால் ஐம்புலன்களும் தூண்டப்பட்டன. உடனே ஒரு பெண்ணுடன் கலந்து சுகம் பெற வேண்டும் என்ற பேராவல் எழுந்தது. அப்போது அருகில் அழகே உருவான இளம்பெண் இருப்பதைப் பார்த்ததும் அவரது உள்ளத்தில் காமத்தீ கொழுந்து விட்டு எரிந்தது.

அவர் அவளைக் குறித்து விசாரித்தார், முனிசிரேஷ்டரே என் பெயர் விபுதை. எனக்கு ஏற்ற மணாளனைத் தேடித் தவம் செய்தேன். அந்தத்தவம் பலித்தது. தாங்களே எனக்கு ஏற்ற கணவன் என்பதை அறிந்து இந்த இடத்தில் தங்கி விட்டேன். தாங்கள் என்னை மணந்து இல்லற இன்பங்களை அளிக்க வேண்டும் என்றாள்.

முனிவருக்கு அவளுடைய பதில் பழம் நழுவிப் பாலில் விழுந்த கதையாகி விட்டது. அவர் அடைந்த மகிழ்ச்சிக்கு அளவேயில்லை. பெண்ணே உன்னை ஏற்றுக் கொள்கிறேன்; உடனே பெண்யானையாக உருவம் எடுத்துக் கொள் என்றார்.

அவள் அப்படியே உருமாற அவரும் ஆண்யானையாக உருவம் எடுத்து அவளுடன் பலமுறை ஆசைதீரக் கூடிக்களித்தார். இதன் பயனாக தலையில் இரண்டு கொம்புகளுடனும், வலிமை மிகுந்த நீண்ட துதிக்கையோடும், அண்டசராசரங்களை அச்சப்படுத்தும் விதமாக சப்தம் எழுப்பியபடியே அவர்களிடமிருந்து கஜமுகாசுரன் தோன்றினான்.

எத்தனையோ வருடங்கள் தவம் செய்த தனக்கு இப்படியொரு அசுரக்குழந்தை பிறந்தது கண்டு மாகதமுனிவர் வருந்தினார். காமத்தினால் அறிவிழந்து குலம் கோத்திரம் அறியாமல் உன்னைக் கூடிவிட்டேன். இப்போது சொல், நீ யார்? என்று அந்தப் பெண்ணிடம் கேட்டார். அவள் உண்மையைச் சொல்லிவிட்டாள், என்ன மன்னித்து உங்கள் புத்திரனையும் ஆசி கூறி அனுப்புங்கள் என்று வேண்டினாள்.

மாகத முனிவர் ஆசிவழங்கி அவர்கள் இருவரையும் அனுப்பினார். அவன் பிறந்த நேரத்தில் யானையாக இருந்த விபுதையின் மயிர்க்கால்களில் இருந்து தோன்றிய ஆயிரக்கணக்கான அசுர வீரர்களையும் அழைத்துக் கொண்டு அசுரகுருவிடம் சென்று நடந்தவற்றை விவரித்தாள். அவர் அடைந்த ஆனந்தத்திற்கு

அளவேயில்லை. தொலைந்தான் தேவேந்திரன் என்று அசுரகுலமே கொக்கரித்தது.

அசுரகுரு, கஜமுகாசுரனை அழைத்து, மகனே! தேவர்களை அழித்து அசுரகுலத்தைக் காப்பதற்காகப் பிறந்தவன் நீ. தேவேந்திரன் நீ பிறந்ததை அறிந்ததும் எப்பாடுபட்டாவது உன்னை அழிப்பதற்கு முயற்சிகள் செய்வான். உன்னை காத்துக் கொள்ள வேண்டுமானால் அதற்கு சிவபெருமானை நோக்கி கடுமையான தவம் செய்து வரபலம் பெறுவது ஒன்றே வழி என்றார்.

கஜமுகாசுரனும் அவருடைய வாக்கின்படியே கானகம் சென்று கடுமையான தவங்கள் செய்தான். தவத்தின் முடிவில் ஈசன் தோன்றினார். அவரிடம் ஐயனே, எனக்கு பிரம்மா விஷ்ணுவாதி தேவர்களினால் மரணம் நேரக்கூடாது என்றும் வேறுபல வரங்களும் கேட்டான். அவரும் அவன் விரும்பியவற்றைக் கொடுத்து மறைந்தார்.

உடனே அசுரன், தேவசிற்பியான விசுவகர்மாவை அழைத்து மிகப் பெரிய நகரத்தை சகலவிதமான வசதிகளோடு நிர்மாணிக்கக் கட்டளையிட்டான். அவனும் அப்படியே மதங்கநகரம் என்ற பெயரில் மிகப் பெரிய நகரத்தை நிர்மாணிக்க, கஜமுகாசுரன் அதில் ஆட்சிக்கட்டில் ஏறி மூன்று உலகங்களையும் ஒரு குடைக்கீழ் ஆண்டு வந்தான். தேவர்கள் அவனுக்குப் பயந்து அவனது நாட்டிலும் அரண்மனையிலும் வேலைக்காரர்களாக இருந்து அவன் இட்ட வேலைகளைச் செய்து அவலமான வாழ்க்கை நடத்தி வந்தனர்.

இவ்வாறு இருக்கும்போது ஒருநாள், பார்வதியும் பரமேஸ்வரனும் நந்தவனம் ஒன்றில் மண்டபச் சுவரில் வரையப்பட்ட பலவகையான சித்திரங்களைப் பார்த்து மகிழ்ந்த வண்ணம் இருந்தனர். ஒரு இடத்தில் ஆணும் பெண்ணுமாக இரண்டு யானைகள் கூடிக் களித்திருப்பது போன்ற சித்திரம் இருந்தது. இருவரது பார்வையும் அந்த சித்திரத்தில் பதிந்தன. தேவி இது என்ன? எதனால் இந்த சித்திரத்தை உற்றுப் பார்க்கத் தோன்றுகிறது என்று கேட்டாள்.

நீயும் நானும் கூடி உலக நன்மையின் பொருட்டும் தேவர்களைக் காப்பாற்றவும் ஒரு பிள்ளையைத் தோற்றுவிக்கும் நேரம் வந்துவிட்டது என்பதன் அறிகுறியே அது என்றார் ஈசன்.

அந்தக் கணத்தில் கோடி சூர்யப்பிரகாசத்தோடு ஆனைமுகக்கடவுள் அங்கே தோன்றினார். பார்வதி பிள்ளையைப் பாசத்தோடு அணைத்து

உச்சிமோந்தாள். விநாயகர் பலமுறை பெற்றோரைச் சுற்றிவந்து பணிந்தார்.அவரைப் பார்த்து ஈசன், விநாயகா! விக்கினங்களைத் தீர்ப்பவன் நீ. என் கணங்களுக்கு தலைவனும் நீயே! உனக்கு யாம் எல்லா சக்திகளையும் அளித்தோம், யாராக இருந்தாலும் உன்னை வணங்கிய பிறகே காரியத்தைத் தொடங்குவார்கள் என்றார்.

வேழமுகத்தோன் அவரைப் பணிந்தார், அப்போது சிவபெருமான், கணநாதா! கஜமுகாசுரன் தனது வரபலத்தினால் நீண்டகாலமாகத் தேவர்களை அடிமைப்படுத்தி சிறை வைத்திருக்கிறான். அவனை அழிப்பதற்காக நீ உற்பவித்திருக்கிறாய். ஆகவே இப்போதே சென்று அவனைக் கொன்று தேவர்களின் துயர் தீர்ப்பாய் என்றார்.

அப்படியே ஆகட்டும் தந்தையே என்ற விநாயகர், அசலன் என்ற பூதகணத்தை அழைத்து அவன் முதுகில் அமர்ந்து, யுத்தத்திற்குப் புறப்பட்டார். அவருடன் எண்ணிக்கையில்லாத பூதப்படையும் சென்றது. தங்களுக்கு விடிவுகாலம் வந்துவிட்டதை அறிந்த தேவர்கள் ஆரவாரம் செய்தனர். வேழமுகத்தோனை வணங்கிப் போற்றினர்.

மதங்கநகரில் இருபடைகளும் மோதின. கஜமுகன் விநாயகரின் முன் தனது தேரைக் கொண்டு வந்து நிறுத்தி விட்டுப் பாணங்களை மழையாகப் பொழிந்தான். விநாயகரின் கதை அவற்றை விழுங்கியது. விநாயகரின் அஸ்திரம் அவனது வில்லின் நாணை ஒடித்தது. கஜமுகன் மாயத் தோற்றத்தில் தோன்றிப் போர் செய்தான்.

அவனுக்கு அழிவுகாலம் வந்துவிட்டதை அறிந்த விநாயகர் அவனது நெஞ்சில் தனது கதையால் தாக்கினார், அவனது நெஞ்சு பிளந்தது. இருந்தாலும் அவன் மிகப்பெரிய பெருச்சாளியாக மாறி அட்டகாசம் செய்தான். விநாயகர் அதைப் பிடித்து அதன் முதுகில் ஏறி அமர்ந்தார். அவனது ஆணவம் அடங்கியது. இவ்வாறு யுத்தம் முடிந்தது. தேவர்கள் மலர்மாரி தூவி அந்த வெற்றியை கொண்டாடினர்.

திரும்பும் வழியில் முன்னொரு நாள் பார்வதியின் சாபத்தினால் கண்குருடான மலைப் பாம்பாகக் கிடந்து அல்லற்படும் விஷ்ணுவைக் கண்டார். அவரின் கண்பட்ட மாத்திரத்தில் சாபம் விலகியது, விஷ்ணு சுயரூபமடைந்து விநாயகரைப் பணிந்து அருள் பெற்றார்.

❀❀❀

29. இந்திரனின் கர்வபங்கம்

ரௌத்திரகேது என்ற அந்தணன் தன் மனைவி சாரதையோடு இன்பமாக வாழ்ந்தான் அதன் பயனாக அவள் இரட்டைக் குழந்தைகள் பெற்றாள். தம்பதிகள் மகிழ்ச்சி அடைந்து குழந்தைகளுக்கு தேவாந்தகன், நராந்தகன் என்று பெயரிட்டு சீரோடும் சிறப்போடும் வளர்த்து வந்தனர். ஒருநாள் நாரத முனிவர் வந்தார், அவரை தம்பதியர் அன்போடு வரவேற்று உபசாரம் செய்தனர்.

நாரதர் மகிழ்ச்சி அடைந்து, குழந்தைகளை அணைத்து நீங்கள் கயிலாய நாதரிடம் பக்திகொண்டு அவரைப் பூசித்தால் சகல நன்மைகளும் பெறுவீர்கள், தேவாதிதேவர்களும் உங்களைப் போற்றுவார்கள் என்று சொல்லி பஞ்சாட்சர மந்திரத்தை அவர்களுக்கு உபதேசித்தார். அவர்கள் இருவரும் அவ்வாறே மந்திரத்தை உச்சரித்து ஈசனைக் குறித்து கடுமையான தவம் மேற்கொண்டனர்.

அவர்களது தவத்திற்கு மெச்சிய ஈசன் தரிசனம் தந்தான், அவரிடம் ஐயனே எங்களை பிரம்மா விஷ்ணுகூட வெல்லக்கூடாது, இந்திராதி தேவர்கள் எங்களுக்கு ஏவல் செய்ய வேண்டும் என்று இது போன்ற பல வரங்களைக் கேட்டனர். மகேசனும் அவ்வாறே வரம் அளித்து மறைந்தார். அன்று முதல் தேவாந்தகனும், நாராந்தகனும் அனைவரையும் ஆட்டிப் படைக்கத் தொடங்கினர்.

தேவாந்தகன் இந்திரலோகம் மீது படையெடுத்துச் சென்று கற்பகச் சோலையை அழித்தான். இதைக்கண்டு ஆத்திரம் அடைந்த இந்திரன், மனிதப்பதருக்கு இத்தனை ஆணவமா என்று தன் வஜ்ராயுதத்தை அவன் மீது வீசினான். தேவாந்தகன் மார்பில் பட்டு இடிபோன்ற வஜ்ராயுதம் பொடியானதே தவிர தேவாந்தகனுக்கு ஒரு சிறிதும் காயம் ஏற்படவில்லை. இதைப் பார்த்த இந்திராதி தேவர்கள் அனைவரும் அவனுக்குப் பயந்து பணிந்தனர். அவன் அங்கிருந்து சத்தியலோகம் சென்றான், பிரம்மா பயந்து நடுங்கினார், விஷ்ணுலோகம் சென்றான். நாராயணன் அவனை எதிர்க்கவில்லை. அவர்கள் இருவரும் தப்பிஓடி கைலாசநாதரைச் சந்தித்து என்ன இப்படியொரு வரத்தை அளித்து விட்டீர்களே? நிலைமை விபரீதமாகிறதே என்று கண்டித்தனர். இப்படியாக சகல லோகங்களும் தேவாந்தகனின் வசமாக அவன் இந்திரப்பதவியில் அமர்ந்து ஆட்சி செய்து வந்தான்.

நாராந்தகன் மண்ணுலக மன்னர்களைப் படையெடுத்துச் சென்று வெற்றி கொண்டான். மேலும் பாதாளலோகம், நாகலோகம் ஆகியவற்றையும் தன் வசப்படுத்திக் கொண்டான். இந்த விதமாக மண்ணுலகமும், விண்ணுலகமும் அவர்களிடம் அடிமைப்பட்டு தேவர்கள் துன்பப்படுவதைக் கண்டு அசுரமாதா மனம் மகிழ்ந்தாள். ஆனால் தேவமாதாவான அதிதி காசியபரைப் பணிந்து, என் பிள்ளைகள் துன்பம் எப்போது தீரும் என்று உருக்கத்துடன் வேண்டினாள்.

பிரியமானவளே! அவர்கள் இருவரையும் சம்ஹாரம் செய்யக்கூடிய வல்லமை பெற்றவர் ஸ்ரீ விநாயகர் ஒருவரே. ஆகவே அவரைத் தியானம் செய். அவரே உனக்குப் பிள்ளையாக அவதாரம் செய்து தேவர்களின் துயரம் தீர்ப்பார் என்று கூறினார். அவ்வாறே அதிதி விநாயகப் பெருமானை நூறு வருடங்கள் தியானித்தாள். அதன் பலனாக விநாயகமூர்த்தி, தரிசனம் தந்து தாயே என்ன வரம் வேண்டும்? என்று கேட்டார்.

விநாயகப் பெருமானே! தாங்கள் எனக்கு மகனாகப் பிறந்து, தேவர்களை அடிமைப்படுத்தி கொடுமைகள் செய்யும் நாராந்தகனையும், தேவாந்தகனையும் வதம் செய்ய வேண்டும் என்றாள். அப்படியே ஆகட்டும் என்று வரம் தந்து மறைந்தார். அதே நேரத்தில் தேவர்களுக்கும், பிரம்மா விஷ்ணுவுக்கும் மனத்தில் பெரிய நிம்மதி ஏற்பட்டது. அதிதி

காட்டில் இருந்து தனது ஆசிரமத்திற்குத் திரும்பி வந்து, விநாயகரை வழிபட்டுக் கொண்டிருந்தாள்.

தேவர்களும், முனிவர்களும் விநாயகரைச் சீக்கிரமாக அவதரிக்க பிரார்த்தனை செய்த வண்ணம் இருந்தனர். ஒரு நாள்ஆயிரம் முகங்களோடு கோடி சூர்யப் பிரகாசம் கொண்டு விநாயகர் அதிதி முன்னால் தோன்றி தரிசனம் தந்தார். அவள் மெய்சிலிர்த்து ஆனந்தக்கண்ணீர் விட்டு அவரைப் பலமுறை பணிந்து வணங்கினாள். அவளைப் பார்த்து கணேசர், உன் விருப்பத்தை நிறைவேற்ற வந்தோம் என்று சொல்லி அன்று பிறந்த குழந்தையைப் போல வடிவம் கொண்டு அவள் மடியில் கிடந்தார். அவளுடைய முலைகளில் பால் சுரந்தது. அவள் குழந்தைக்கு ஊட்டி மகிழ்ந்தாள். மகோற்கடர் என்று பெயரிட்டு பாசத்தோடு வளர்த்தாள்.

ஆசிரமத்தைச் சுற்றிலும் நல்ல சகுனங்கள் தோன்றின, அது போலவே நாராந்தகனின் அரண்மனையில் துர்நிமித்தங்கள் தோன்றின. பகலில் ஆந்தைகள் குழறின, வானத்தில் இருந்து நெருப்புப்பொறிகள் விழுந்தன. பச்சை மரங்கள் கருகின. இவற்றைக் கண்ட அரண்மனை ஜோதிடர்கள், அவனிடம் பயத்தோடு வந்து மன்னா! நடக்கின்ற துர்ச்சகுனங்களை வைத்துப் பார்த்தால் அவை உங்கள் கெட்ட காலத்தை உணர்த்துகின்றன, காசிபருக்கும் அவருடைய மனைவிக்கும் விநாயகர் பிள்ளையாகப் பிறந்திருக்கிறார் என்றனர்.

உடனே நாராந்தகன் ஒரு அசுரப்பெண்ணை அழைத்து நீ உடனே சென்று ஆசிரமத்தில் இருக்கும் விநாயகரைக் கொன்று விட்டு வா என்று ஏவினான். அவள் அதிரூப சுந்தரியான ஒரு அந்தணப் பெண்ணாகத் தன்னை உருமாற்றிக்கொண்டு ஆசிரமம் சென்று, யாரும்

அறியாத வேளையில் தொட்டிலில் தூங்கிக்கொண்டிருந்த பெருமானை வாயிலிட்டு விழுங்கினாள்.

அசுரமாதின் வயிற்றுக்குள் சென்ற ஆனைமுகன் தனது கண்களைத் திறந்து பார்த்தார், அவரது கண்களில் இருந்து எரிமலைக்குழம்பு போன்ற வெப்பம் ஏற்பட்டது. அதனால் அந்த அரக்கியின் உடல் உறுப்புக்கள் வெந்து கருகின. வெப்பத்தைத் தாங்க முடியாமல் அவள் துடித்தாள், துவண்டாள், அருகில் இருந்த குளம் குட்டைகளில் உள்ள தண்ணீரை வாரி வாரிக் குடித்தாள். ஆனாலும் உஷ்ணம் குறையவில்லை. அவள் கதறினாள், மகோற்கடர் தனது கால் பெருவிரல் நகத்தினால் அவளது வயிற்றைக் கிழித்துக் கொண்டு வெளியேறினார். இந்த காட்சியைக் கண்டு தேவர்கள் பூமாரி பொழிந்தனர்.

அரக்கி இறந்ததும் கோபம் கொண்ட நாராந்தகன் துந்துபி, உதத்தன் என்ற இரண்டு அரக்கரை அனுப்பி வைத்தான். அவர்கள் கிளி உருவம் எடுத்துக் கொண்டு ஆசிரமம் வந்து விநாயகரைக் கொல்ல முயன்றனர். இதை அறிந்த கணேசர், உடனே பருந்தாக வடிவம் கொண்டு அந்த இரண்டு கிளிகளையும் கிழித்துப் போட்டார்.

ஒருநாள் சோமவதி என்ற புண்ணிய தீர்த்தம் சென்ற அதிதி, குளக்கரையில் விநாயகரை உட்காரவைத்து விட்டு தண்ணீரில் இறங்கினார். தாய் இறங்குவதைப் பார்த்த விநாயகர் தானும் தண்ணீரில் இறங்கிவிட்டார். வந்தது விபரீதம், குளத்தில் இருந்த பெரிய முதலை ஒன்று அவரது காலைக் கவ்வி தண்ணீருக்குள் இழுத்துச் சென்றது, இதைப் பார்த்த அதிதி அலறினாள்.

உடனே விநாயகர் அந்த முதலையின் முதுகில் ஏறிச் சவாரி செய்து அதை அடக்கினார். பலமணிநேரம் அவரைச் சுமந்த முதலை வாயில் நுரை கக்கி இறந்தது. அந்த முதலையில் இருந்து பிரகாசமான தேகத்தோடு வெளிப்பட்ட கந்தர்வன் அவரைப் பணிந்து வணங்கினான். ஐயனே உமது ஸ்பரிசத்தினால் எனது சாபம் தீர்ந்தது, போன ஜென்மத்தில் நான் ஒரு கந்தர்வனாக இருந்தேன், பிருகு முனிவரது சாபத்தின் காரணமாக முதலையாகி அல்லல் பட்டேன். இப்போது தங்கள் பாதம் பட்டு சாபவிமோசனம் பெற்றேன் என்று சொல்லி அவரைப் பலமுறை பணிந்து கந்தர்வலோகம் சென்றான். இதைக் கண்ட அதிதியும் ஆசிரமவாசிகளும் எல்லையற்ற மகிழ்ச்சி அடைந்தனர்.

அன்றொருநாள் காசியபரின் ஆசிரமத்திற்கு மூன்று கந்தர்வர்கள் வந்தனர். அவரை அதிதியும் காசியபரும் வரவேற்று உபசாரங்கள் செய்தனர். அவர்கள் விநாயகர், சிவபெருமான், பார்வதி, விஷ்ணு, சூரியன் ஆகிய விக்கிரகங்களை வைத்து வணங்கி வழிபாடுகள் செய்தனர். தியானத்தில் அவர்கள் இருக்கும் நேரம் பார்த்து அங்கு வந்த மகோற்கடர் விளையாட்டாக அந்தச் சிலைகளை எடுத்து விழுங்கி விட்டார்.

கண்விழித்த கந்தர்வர்கள் தாங்கள் காலங்காலமாகப் பூசை செய்த சிலைகளைக் காணாமல் அதிர்ச்சி அடைந்தனர். உலகம் போற்றும் உத்தமரான காசியபரின் ஆசிரமத்தில் சிலை திருட்டா? என்று கோபம் கொண்டனர். அந்தச் சிலைகள் மட்டும் எங்களுக்குக் கிடைக்காவிட்டால் எல்லோரையும் சபித்து பஸ்மமாக்கி விடுவோம் என்று கொதித்தனர்.

உடனே காசியபர் அவர்களைச் சாந்தப்படுத்தி, ஆசிரமத்து சிறுவர்களை அழைத்து உங்களில் யாராவது விளையாட்டாக சிலைகளை மறைத்து வைத்திருந்தால் கொடுத்து விடுங்கள் என எச்சரித்தார். ஐயனே எங்களுக்கு எதுவும் தெரியாது, ஒருவேளை உங்கள் குமாரனுக்கு தெரிந்திருக்கலாம் என்று சொல்லி விட்டனர்.

காசியபர் கோபத்தோடு விநாயகரை அழைத்தார், மகோற்ககடா உண்மையைச் சொல், கந்தர்வர்கள் பூசனை செய்த சிலையை எங்கே வைத்திருக்கிறாய் என்று கேட்டார். வேறு வழியில்லாத நிலையில் விநாயகர் தனது வாயைத் திறந்து காட்டினார். அங்கே பார்த்த காசியபரும், மூன்று கந்தர்வர்களும் திடுக்கிட்டனர்.

அவரது வாய்க்குள் சகலலோகங்களும் தெரிந்தன அதோடு மட்டும் அல்ல அவர் விழுங்கிய ஐந்து சிலைகளும் உயிரோடு தோன்றி அவர்களுக்கு ஆசி வழங்கினர். கந்தர்வர்கள் அவரது பாதங்களைப் பற்றி தேவதேவா தங்கள் தரிசனத்தினால் புண்ணியம் பெற்றோம், நற்கதி அடைந்தோம் என்று துதித்துப் போற்றினர். பகவான் தனது உடலில் இருந்து மேலும் ஐந்து விக்கிரகங்களைத் தோற்றுவித்து அவற்றை அந்தக் கந்தர்வர்களிடம் கொடுத்து அனுப்பி வைத்தார்.

இவ்வாறு விநாயகர் பல திருவிளையாடல்களைச் செய்து வந்தபோது அவருக்கு ஐந்து வயதாயிற்று. காசியபர் தன் பிள்ளைக்கு

உபநயனம் செய்து வைக்க விரும்பி அனைத்து தேவர்களையும், முனிவர்களையும், வேதியர்களையும் அழைத்திருந்தார். நாராந்தகனும் அவரைக் கொல்வதற்காக ஐந்து அரக்கர்களை அந்தணர்களாக உருமாற்றி அங்கே அனுப்பி இருந்தான்.

குழந்தைக்கு எல்லோரும் அட்சதை தூவி ஆசிர்வாதம் வழங்கினர். அப்போது ஐந்து அரக்கர்களும் அட்சதைக்குப் பதிலாக அஸ்திரங்களை ஏவினர். அவைகள் உக்கிரமாக ஓசை எழுப்பிக் கொண்டு அவரைக் கொல்ல வந்தன. அனைவரும என்ன ஆகுமோ? என்று பயந்து நடுங்கிய வேளையில், அந்த ஆயுதங்கள் மலர்களாக மாறி மகோற்கடரின் பாதங்களில் விழுந்தன. அனைவரும் நிம்மதிப் பெருமூச்சு விட்டனர். உடனே மகோற்கடர் ஐந்து அரிசிகளை எடுத்து மந்திரம் ஜெபித்து அவற்றை அரக்கர்கள் மீது ஏவினார். அவைகள் பயங்கரமான ஆயுதங்களாக மாறி அரக்கர்களின் மார்பைப் பிளந்து அவர்கள் ரத்தத்தைக் குடித்தன. தேவர்கள் பூமாரி பொழிந்து ஆரவாரம் செய்தனர்.

தேவர்கள் அனைவரும் மகோற்கடரை விநாயகராகப் பார்த்து பணிந்தபோது, இந்திரன் மட்டும் இறுமாப்பு கொண்டு அலட்சியமாக நடந்தான். இதைக்கண்ட காசியபர், அவர் மூல முதற்கடவுளான விநாயகப் பெருமான் அவரது பெருமைகளை அறியாமல் அலட்சியமாக நடப்பது ஆபத்து என்று எச்சரிக்கை செய்தார்.

அவன் அவரது வார்த்தைகளை மதிக்காமல், தேவர்களால் தொழப்பெறும் நான் இந்த சிறுவனுக்குத் தலை வணங்கமாட்டேன் என்று சொல்லி எனது பராக்கிரமத்தை இப்போது பாருங்கள் என்றான். அருகில் நின்ற வாயுதேவனைப் பார்த்து இந்தச் சிறுவனை உருட்டித்தள்ளு என்றான். வாயுதேவன் அண்டசராசரங்கள் நடுங்குவதைப்போல பேய்க்காற்றாக வீசினான். மரங்களும் மலைகளும் கூட நிலைகுலைந்தன. ஆனால் மகோற்கடர் கொஞ்சம் கூட அசையாமல் அப்படியே சிலை போல நின்றார்.

இதைப் பார்த்த இந்திரன், அக்கினிதேவா நீயும் வாயுவோடு சேர்ந்து கொள் என்று கட்டளையிட்டான். உடனே தாங்க முடியாத வெப்பம் பரவியது. மகோற்கடர் அக்கினியைப் பார்த்து புன்னகை செய்ய அவன் வலிமை குறைந்தது வெப்பம் மறைந்து குளிர்ச்சி பரவியது. உடனே

அவர் ஆகாசத்திற்கும் பாதாள லோகத்திற்குமாக விஸ்வரூபம் எடுத்து நின்றார். அவருடைய ஒவ்வொரு மயிர்க்காலில் இருந்தும் எண்ணற்ற அண்டங்கள் தோன்றின. அவற்றுள் ஒன்றில் இந்திரன் நுழைந்தான்.

அங்கே சப்தலோகங்கள் காணப்பட்டன. பிரம்மா, விஷ்ணு, ருத்திரன் ஆகிய மூவரும் தங்கள் பணிகளில் ஈடுபட்டிருப்பதைக் கண்டான். மேலும் இந்திலோகத்தில் இந்திரனாகிய தன்னையும் பார்த்தான். மயக்கம் தெளிந்து ஞானம் வந்தது, அந்த லோகங்களில் இருந்து வெளியே வர முயன்றான். வழிதெரியாமல் அங்கும் இங்கும் அலைந்தான். இதனால் பயந்து போன இந்திரன் அவரது கால்களில் விழுந்து தன்னை மன்னிக்குமாறு வேண்டினான். விநாயகர் சிறுகுழந்தையாகத் தோன்றி அவனை மன்னித்து அருள் செய்தார்.

❋❋❋

30. மகோற்கடரின் திருவிளையாடல்கள்

காசிராஜன் தன் பிள்ளைக்குத் திருமணம் ஏற்பாடு செய்தான். அதை நடத்தி வைக்குமாறு காசியபரை அழைத்தான். அவர் மன்னா நான் சாதுர்மாஸ்ய விரதம் அனுஷ்டிக்கிறேன் ஆகவே வருவதற்கு இல்லை என் மகனை அனுப்பி வைக்கிறேன் என்று சொல்லி மகோற்கடரை அனுப்பினார்.

அவர்கள் போகும் வழியில் ஒரு காட்டில் தூமாட்சகன் என்ற அசுரன் பல வருடங்களாக சூரியனை நோக்கி தவம் செய்து வந்தான். அவனுடைய தவத்தை மெச்சிய சூரியன் அபாரமான வலிமை கொண்ட ஆயுதம் ஒன்றை அவனிடம் சேருமாறு அனுப்பி வைத்தான். வானவெளியில் பயங்கரமான சப்தத்தோடு காற்றைக் கிழித்துக் கொண்டு வந்தது அந்த ஆயுதம். அவ்வாயுதம் அசுரனிடம் சேர்ந்தால் தேவர்களும் முனிவர்களும் தாங்கமுடியாத துன்பத்தை அனுபவிக்க வேண்டிவரும் என்று நினைத்த மகோற்கடர் தனது கையை நீட்டி அந்த ஆயுதத்தைப் பிடித்துக்கொண்டார். அது சக்தியை இழந்தது. அதை தூமாட்சகனை நோக்கி எய்தார், அது அசுரனின் தலையைத் துண்டித்தது.

அவனுக்கு இரண்டு புதல்வர்கள் இருந்தனர், தன் தந்தையைக் கொன்ற மகோற்கடரை எதிர்த்து இருவரும் போரிட்டனர். மகோற்கடர்

மூச்சுக்காற்றை இழுத்து விட்டார், அந்தக் காற்றில் அகப்பட்டு இருவரும் மாண்டனர். தூமாட்சகனையும் அவனது புதல்வர்களையும் கொன்ற மகோற்கடரைக் கொல்ல நாராந்தகன் ஆயிரம் வீரர்களை அனுப்பி வைத்தான்.

அவர்கள் அனைவரும் ஒன்று கூடி மகோற்கடரும் காசிராஜனும் வந்த தேரினைச் சூழ்ந்து கொண்டு நகர முடியாமல் தடுத்தனர். உடனே மகோற்கடர் பயங்கரமான கனைப்பொலி எழுப்பினார். அந்த சப்தத்தைத் தாங்கமுடியாமல் ஆயிரம் அசுரர்களும் இறந்து விழுந்தனர். அவர்கள் வெற்றி கொண்டு காசிராஜன் அரண்மனையை அடைந்தபோது மேலும் இரண்டு அசுரர்கள் அந்தணர்களைப் போல வேடம் பூண்டு அங்கே வந்தனர்.

ஒருவன் அவரை அணைத்து நசுக்கி அழிக்க நினைத்தான். அவனது எண்ணத்தை அறிந்த மகோற்கடர் அவனை அணைத்து பழத்தை பிழிவது போல பிழிந்து அழித்தார். மற்றொருவன் புயல்காற்றாக வந்து அவரைத் தூக்கிப்போக நினைத்தான். தன் உதரபந்தமாக விளங்கிய ஆதிசேஷனை அனுப்பினார் விநாயகர். ஆதிசேஷன் ஆயிரம் வாய்களையும் திறந்து புயல்காற்றை விழுங்கினான்.

அரண்மனை வாசலில் அசுரன் ஒருவன் பாறையாக உருமாறி அவரைக் கொல்ல நினைத்துக் காத்திருந்தான். அவனைத் தந்திரமாகக் கொல்வதற்கு எண்ணிய விநாயகர், காசிராஜனே! நல்ல நேரத்தில் நமது தேர்கள் உள்ளே நுழைகின்றன. ஆகவே விநாயகப் பெருமானுக்கு சூறைத்தேங்காய் உடைப்பது நல்லது; ஆயிரத்தெட்டு தேங்காய்களைக் கொண்டுவரச் சொல்லுங்கள் என்றார்.

அரசனும் தேர்களை நிறுத்தி தேங்காய்களைக் கொண்டு வரச் செய்தான். மகோற்கடரும் மற்றவர்களும் அந்தப் பாறையில் மடார் மடார் என்று தேங்காய்களை உடைத்தனர். அசுரன் வேதனை தாங்கமுடியாமல் அலறிக் கொண்டே சுயஉருவம் பெற்று எழுந்தான், மகோற்கடர் தன் கையில் வைத்திருந்த பரசு என்ற ஆயுதத்தைச் செலுத்த அவன் பலத்த காயங்களுடன் இறந்து விழுந்தான்.

மகோற்கடர் காசிராஜன் அரண்மனையில் சகல சௌகரியங்களோடு எழுந்தருளி இருந்தார். அப்போது தருமதத்தர் என்ற அரசவைப் புரோகிதர் ஓடோடி வந்தார். மகோற்கடரைப் பணிந்து ஐயனே

நானும் தங்கள் தந்தை காசியப முனிவரும் நெருங்கிய நண்பர்கள். உங்களுக்காக எனது இரண்டு பெண்களை வளர்த்து வருகிறேன். அவர்களைத் தாங்கள் மணம் புரிந்தருள வேண்டும் என்றார். இந்த தருமதத்தர் சாட்சாத் பிரம்மன்தான், அவரிடம் இச்சா சக்தி, ஞான சக்தி என்ற இரண்டும் பெண்உருவில் வளர்ந்து வந்தனர். அவர்களை விநாயகப் பெருமானிடம் சேர்க்கவே இந்த நாடகம் நடைபெற்றது. இதை அறிந்த விநாயகர் சம்மதம் தெரிவிக்க, அரசனின் அனுமதி பெற்று தருமதத்தர், தங்கள் வீட்டிற்கு மகோற்கடரை அழைத்துச் சென்றார்.

வழியில் காமன், குரோதன் ஆகிய இரண்டு அரக்கர்களும் கழுதை உருவெடுத்து வந்து மகோற்கடரைத் தாக்கினர். ஒரு புல்லை எடுத்து அதை இரண்டாக வகிர்ந்து இரண்டு கழுதைகளை நோக்கி அவர் எறிந்தார். உடனே அந்தப் புற்கள் ஆயுதங்களாக மாறி அசுரர்களை அழித்தன. பிறகு குண்டன் என்ற அசுரன் மதயானையாக உருக்கொண்டு பெரிய மலையே நகர்ந்து வருவதைப் போல ஆவேசமாக அவரை அழிக்க வந்தான்.

மகோற்கடர் அந்த ராட்சத யானையின் வாலைப் பிடித்து சுழற்றி இழுத்தார், அதன் மத்தகத்தின் மீது அமர்ந்தார். அது அவரைக் கீழே தள்ள எத்தனையோ முயற்சி செய்தது. அவர் விடாமல் அதன் மீதிருந்து சவாரி செய்தார். தனது கனத்தை அதிகமாக்கிக் கொண்டார். இதனால் யானை மூச்சு முட்டி, நுரை கக்கி இறந்து தடாலென தரையில் விழுந்தது.

அவரை அழிக்க நினைத்து தூமாட்சகனின் மனைவி சிரம்பை என்பவள், அழகான அந்தணப் பெண்ணாக வடிவம் கொண்டு கையில் கொடிய விஷங்களை தைலமாக்கி எடுத்துக்கொண்டு தருமதத்தர் வீட்டுக்கு வந்தாள். ஐயனே உங்கள் புது மாப்பிள்ளைக்கு தைல அபிஷேகம் செய்ய வந்திருக்கிறேன் என்று சொல்லி அவரது அனுமதி பெற்றாள். கொடிய விஷங்களை அவள் மகோற்கடருடைய உடம்பில் தடவினாள். அவளது கெட்ட எண்ணத்தை அறிந்த விநாயகர் புன்னகை பூத்தார், அந்த அளவில் அவள் தடவிய விஷம் அவளது கைகள் வழியே அவளுடைய உடலிலேயே கலக்க, அடுத்தகணமே அவள் இறந்து விழுந்தாள்.

தருமதத்தரின் வீட்டில் மகோற்கடருக்கு இனிதாக திருமணம் நடைபெற்றது. காசிராஜன் அவர்கள் மூவரையும் அழைத்துக் கொண்டு

தனது அரண்மனைக்கு வந்தான். பிறகு அவன் தன் புத்திரனுடைய திருமண ஏற்பாடுகளைக் கவனித்தான். ஆனால் அதை தடுப்பது போல நாராந்தகனால் மூன்று அசுரர்கள் அனுப்பப்பட்டனர்.

விதாரணன் என்பவன் பெருங்காற்றாக மாறி உக்கிரமாக வீசினான். நகரத்தில் மரங்கள் சாய்ந்தன, மாடமாளிகைகள் இடிந்தன. மக்கள் இருக்க இடம் இன்றித் தவித்தனர். இதே நேரத்தில் ஜூவாலாமுகன் என்பவன் அக்கினி உருவில் நகரத்தில் பிரவேசித்தான். நகரம் தீப்பற்றி திகுதிகுவென எரிந்தது. அப்போது வியாக்கியமுகன் என்பவன் மிகப் பெரிய பாம்பு உருவெடுத்து நகரத்தில் இருந்து தப்பி ஓடிவருபவர்களை விழுங்கினான்.

அரசனும் மக்களும் மகோற்கடரை அணுகி அச்சத்தோடு தங்களைக் காப்பாற்ற வேண்டினர். அவர் கமண்டலத்து நீரைக் கையில் எடுத்துத் தெளித்தார். ஊழித்தீயும், சூறாவளியும் அடங்கின. அசுரர்கள் இருவரும் நீராகி அழிந்தனர். பிறகு அவர் பெரிய பாம்பையும் அழித்தார், அவன் விழுங்கிய மக்கள் உயிரோடு மீட்கப்பட்டனர். நகரம் பழைய பொலிவோடு விளங்கியது.

மறுநாள் காசிராஜன் தனது அரண்மனையில் மகோற்கடரை கவுரவிக்க மிகப் பெரிய விருந்தளித்தான். உணவு உண்ணும் போது அரண்மனையில் செய்யப்படாத பலவிதமான பலகாரங்கள் அவரது இலையில் இருப்பதைக் கண்ட மன்னனும் மந்திரிகளும் ஆச்சரியம் அடைந்தனர். அது குறித்து விசாரித்தனர். மகோற்கடர் மன்னா இன்று சதுர்த்தி தினம், எனது பரம பக்தனாகிய பிருசுண்டிமுனிவர் என்னையே எப்போதும் நினைத்து என் உருவத்தையே பெற்றிருக்கிறார். அவர் இன்று எனக்குப் படைக்கும் நிவேதன உணவுப்பண்டங்கள் இங்கு என்னை வந்து அடைகின்றன என்றார்.

சுவாமி தங்களது பரிபூரண அருளுக்குப் பாத்திரமான அந்த பக்தரை நானும் தரிசிக்க ஆவலாக இருக்கிறேன் என்று மன்னன் சொல்ல, உடனே மகோற்கடர் அங்கிருந்தே பிருசுண்டியை வரவழைத்தார். காசிராஜன் அவரைப் பணிந்து வணங்கி மரியாதைகள் செய்தான்.

❀❀❀

31. அரக்கர்களை அழித்த ஆனைமுகன்

இவ்வாறு பலவிதமான திருவிளையாடல்களைப் புரிந்து மகோற்கடர் இருந்து வருகின்ற நாளில் அவரை அழிக்க நினைத்த நாராந்தகன் மேலும் மேலும் அரக்கர்களை அனுப்பிய வண்ணமே இருந்தான். ஒருநாள் மேகன் என்ற ஜோதிடன் அரண்மனைக்கு வந்தான். அரசனைப் பார்த்து, வேந்தனே உனது நாட்டிற்கு மிகப் பெரிய தீமை வரப்போகிறது. தாங்கள் அழைத்து வந்திருக்கும் முனிகுமாரனின் ஜாதக விசேஷம் சரியாக இல்லை. அவன் இருக்கும் இடத்தில் தடைகளும், இழப்புக்களும் ஏற்பட்ட வண்ணமே இருக்கும். ஆகவே அவனை காட்டுக்கு விரட்டிவிடுங்கள், உங்கள் நன்மையை உத்தேசித்து இதனைச் சொல்கிறேன் என்றான்.

அவனது எண்ணத்தைப் புரிந்து கொண்ட காசிராஜன் அப்படியா? அந்தச் சிறுவனை தாங்களே அழைத்துச் சென்றுவிடுங்கள், தொல்லை தீர்ந்தது என்றான். மனம் மகிழ்ந்த ஜோதிடன் வெளியே சென்று தெருவில் மற்ற பிள்ளைகளுடன் விளையாடிக் கொண்டிருந்த மகோற்கடரின் கையைப் பிடித்து வா, மாட்டிக் கொண்டாயா என்று சொல்லி இழுத்தான்.

யார் மாட்டிக் கொண்டது என்று கேட்டுக் கொண்டே அவர் தன் கழுத்தில் போட்டிருந்த முத்துமாலையைக் கழற்றி ஜோதிடன்

கழுத்தில் போட அவன் எரிந்து சாம்பலானான். தான் அனுப்பி வைத்த அத்தனை அசுரர்களையும் அந்தச் சிறுவன் எமனுலகுஅனுப்பி வைத்தது கண்டு ஆத்திரமும் கோபமும் கொண்ட நாராந்தகன், மேலும் மூன்று அசுரர்களை அனுப்பி காசிராஜனது நாட்டைச் சூறையாடுங்கள் என்றான்.

அந்தகாசுரன் என்பவன் நாடு முழுவதையும் இருளாக்கினான். மக்களும் விலங்குகளும் பகலிலேயே கண்தெரியாமல் இருட்டில் தடுமாறினர். தூங்காசுரன் என்பவன் நகரத்தைச் சுற்றிலும் மலைகளை எழுப்பி யாரும் வெளியே செல்லாதவாறு தடுத்தான். மூன்றாவது அசுரன் சம்பாசுரன் மேகமாக மாறி இடிமழை ஆகியவற்றை ஏற்படுத்தி மக்களைத் துன்புறத்தினான்.

மக்களுக்கு ஏற்பட்ட துன்பங்களைப் போக்க விநாயகர் திருவுளம் கொண்டார், வானளவு உயரம் கொண்ட மிகப்பெரிய ஆலமரத்தைத் தோற்றுவித்து அதன் மீது சிறுபறவையாக உருவம் கொண்டு அமர்ந்தார். படபடவென்று அந்தப் பறவை தன் சிறகுகளை அடித்தவுடன் மிகப் பெருங்காற்று உண்டானது. அது மேகங்களை ஒன்றாகத் திரட்டி அந்த மலைமீது சென்று மோத வைத்தது. இதனால் இரண்டு அசுரர்களும் வலிமை ஒடுங்கினர். பிறகு மகோற்கடர் தன் நெற்றிக் கண்ணைத் திறந்தார் அதில் இருந்து புறப்பட்ட நெருப்பு அந்தகாசுரனைச் சுட அவன் தன் மாயையைக் கைவிட்டு ஓடி ஒளிந்தான். இருள் நீங்கி எங்கும் வெளிச்சம் பரவியது. மக்கள் துன்பங்கள் நீங்கினர், மகோற்கடரைப் போற்றித் துதித்தனர்.

மூன்று அசுரர்களையும் மகோற்கடர் தன் வலிமையால் கொன்றதும் அவர்களது சடலங்கள் தாயாகிய பிரமரை முன்னால் போய் விழுந்தன. தனது குமாரர்களைக் கொன்ற மகோற்கடரை அழிக்க ஆவேசத்தோடு பலவிதமான விஷங்கள் கலந்த தின்பண்டங்களை ஏந்திக் கொண்டு மகோற்கடரின் தாய் காசியபரின் மனைவி அதிதிதேவி வடிவத்தில் வந்தாள் அவள்.

அதிதிதேவி தன் நகரத்திற்கு வந்திருப்பதாக எண்ணி காசிராஜனும் மற்றவர்களும் அவளை மிகுந்த மரியாதையோடு வரவேற்று உபசாரங்கள் செய்தனர். ஏதும் அறியாதவர் போல மகோற்கடர் அம்மா என்று பாசத்தோடு அழைத்துக் கொண்டு ஓடிவந்து அவள் மடியில் அமர்ந்தார். அவளும் தன் எண்ணம் ஈடேறப்போகிறது என்ற மகிழ்ச்சியில் அவரை

அணைத்து உச்சிமோந்து தான் கொண்டு வந்த தின்பண்டங்களை அவருக்கு ஊட்டினாள்.

மகோற்கடர் அவற்றைச் சாப்பிட்டார், தின்பண்டங்களில் இருந்த விஷம் அவரை ஒன்றும் செய்யாமல் அந்த அரக்கியின் உடம்பில் ஏறியது. அதனால் அவள் வாயில் நுரை கக்கி கீழே விழுந்து உயிர்விட்டாள். அன்னையாக வந்தவள் அரக்கியே என்பதை அறிந்த மன்னனும் மந்திரிகளும் விநாயகரின் அளவில்லாத மகிமையை எண்ணி வியந்தனர்.

அவரது சக்தியைப் பலமுறை பார்த்த மக்கள் அவரைத் தங்கள் வீடுகளுக்கு விருந்துண்ண அழைத்தனர். அனைவரது அழைப்பையும் ஏற்று நிறைவேற்றுவது எப்படி? ஒருநாள் ஒருவர் வீட்டுக்கு விருந்துண்ணச் சென்றால்கூட அனைவரது இல்லங்களுக்கும் செல்ல பல ஆண்டுகள் ஆகுமே என்ற தயக்கத்தினால் மன்னன் எதுவும் சொல்லாமல் இருந்தான். ஆனால் மகோற்கடர் அதற்கு ஒப்புக் கொண்டார்.

அன்பு மிக்க மக்களே உங்கள் விருப்பப்படியே நாளை உங்கள் வீடுகளுக்கு விருந்துண்ண வருகிறோம், அதற்கான ஏற்பாடுகளை செய்யுங்கள் என்று சொல்லி அவர்களைத் திகைக்க வைத்தார். அளவில்லாத மகிழ்ச்சியோடு மக்கள் தங்கள் இல்லங்களுக்குச் சென்று தடபுடலாக விருந்து ஏற்பாடுகளைக் கவனிக்க ஆரம்பித்தனர்.

அந்த நகரத்தில் சுக்கிலர் என்ற ஏழை பிராம்மணர் ஒருவர் தன் மனைவி வித்துருமையோடு வாழ்ந்து வந்தார். அவர்களுக்கும் தங்கள் இல்லத்தில் மகோற்கடருக்கு விருந்து செய்விக்க அதிக விருப்பம் இருந்தது. ஆனால் ஆசை மட்டும் இருந்தால் போதுமா? அதற்கு பொருள் வசதியும் வேண்டுமே? அவர்கள் தினமும் பிட்சை எடுத்து அதில் வருகின்ற சொற்ப வருமானத்தில் ஒருவேளை உணவு உண்டு வாழ்ந்து வந்தனர். மற்றவர்களைப்போல தடபுடலாக விருந்துணவு ஏற்பாடு செய்வது அவர்களால் கனவிலும் கூட முடியாது. இருந்தாலும் அவர் தன் மனைவியிடம் அரிசி தவிட்டில் ஏதாவது பலகாரம் செய்து வை என்று சொல்லிவிட்டுச் சென்றார்.

நகரத்து மக்கள் அனைவரும் தங்கள் வீடுகளில் விருந்து ஏற்பாடுகளை முடித்துவிட்டு மகோற்கடரை அழைப்பதற்கு அரண்மனைக்கு வந்தனர். அப்போது அவர் சனகாதி முனிவர்களோடு

அமர்ந்து விருந்துண்பதைக் கண்டு திகைத்தனர். நம் வீட்டுக்கு வருவதாகச் சொல்லிவிட்டு அவர் இங்கே அரண்மனை விருந்து உண்கிறாரே என்று வருந்தினர். ஆனாலும் பகவான் அவர்களைப் பார்த்து நீங்கள் வீட்டிற்குச் சென்று எனக்கு இலைபோட்டு பரிமாறுங்கள்; உடனே வருகிறேன் என்றார்.

சற்று தயக்கத்தோடு அவர்கள் திரும்பிச் சென்றனர், வீடு சென்ற அவர்களுக்கு ஆச்சரியம் தாளமுடியவில்லை. ஏன் என்றால் அவர்கள் வீட்டில் முன்னதாகவே வந்து மகோற்கடர் அமர்ந்திருந்தார். சனகாதி முனிவரோடு அமுது செய்த அதே நேரத்தில் நகரமாந்தர் அனைவரது வீடுகளிலும் அவர் விருந்துண்டார். இதைக்கண்டு ஆச்சரியப்படாதவர்களே இல்லை.

அரிசித் தவிட்டில் பட்சணம் செய்த சுக்கிலர் இதைப்போய் பகவானுக்குப் படைப்பார்களா? என்று எண்ணி அவரை அழைக்காமல் இருந்து விட்டார். ஆனால் உண்மையான பக்தர்களை பகவான் அலட்சியப்படுத்துவாரா? நிச்சயமாக இல்லை அல்லவா. ஆகவே அவரே சுக்கிலரின் வீடுதேடி வந்து விட்டார்.

வேறு வழியில்லாத நிலையில் பகவானை உள்ளன்போடு வரவேற்ற சுக்கிலரும் அவரது மனைவியும், பக்தியோடு தவிட்டால் செய்த பட்சணங்களை தந்தனர். மகோற்கடர் மிகவும் சுவையாக இருக்கிறது இது என்று சொல்லி ரசித்து அவைகளைச் சாப்பிட்டார். பிறகு அவர்களுக்கு சித்தி புத்தி சமேதராக சிங்கவாகனத்தில் அமர்ந்து வினைதீர்க்கும் விநாயகராகக் காட்சி அளித்தார்.

தம்பதிகள் இருவரும் பகவானின் கருணையை எண்ணி மெய்சிலிர்த்து கண்ணீர் பெருக்கினர். ஐயனே தங்களிடம் என்றும் குன்றாத பக்தி வேண்டும் என்ற வரத்தைக் கேட்டனர். சகல சௌபாக்கியங்களையும் பெற்று பலகாலம் வாழ்ந்து வாழ்நாள் முடிவில் என் திருவடியை வந்து சேர்வீர்கள் என வரம் தந்து விநாயகர் மறைந்தார்.

***

32. நாராந்தகன் வதம்

தான் எடுத்த அத்தனை முயற்சிகளும் பயனற்றுப் போய்விட்டதால் ஆத்திரம் அடைந்த நாராந்தகன் இனிமேல் பிறரை நம்பிப் பலனில்லை. ஆகவே மகோற்கடரின் மீது நானே யுத்தம் செய்ய முடிவு செய்திருக்கிறேன். அதற்குத் தேவையான ஏற்பாடுகளைச் செய்யுங்கள் என அமைச்சர்களிடம் தெரிவிக்க அவர்கள் அத்தனை ஏற்பாடுகளையும் விரைவாகச் செய்து முடித்தனர்.

நாராந்தகனின் அசுரப்படைகள் கடல்போல வந்து காசிராஜனின் நகரத்தை முற்றுகையிட்டன. முதலில் பயந்து போன காசிராஜன், மகோற்கடரின் ஆசிபெற்று போர் செய்தான். ஆனாலும் அசுரப்படைகள் அவனது வீரர்களை மிகக் கொடூரமாகத் தாக்கினர். இறுதியில் காசிராஜனைக் கைது செய்து நாராந்தகன் முன்னால் நிறுத்தினர்.

தன் கணவன் சிறைப்பிடிக்கப்பட்டதை அறிந்த காசிராஜன் மனைவி மகோற்கடரிடம் வந்து அழுதாள், கணவனைக் காப்பாற்றுங்கள் என்று கதறினாள். அவளுக்கு ஆறுதல் அளித்த விநாயகர், தன் முகத்தில் இருந்து ஆயிரக்கணக்கான போர் வீரர்களைத் தோற்றுவித்தார். அவர்களுள் குரூரன் என்ற மாவீரனை அழைத்த மகோற்கடர், குரூரா நீ உடனே புயலெனச் சென்று காசிராஜனையும் மற்ற வீரர்களையும் சிறைமீட்டு வா என்று அனுப்பி வைத்தார்.

அவரது ஆசிபெற்ற குரூரன் போர்க்களம் சென்று நாராந்தகனை எதிர்த்துப் போர் செய்தான். அவன் எய்த அஸ்திரம் யாரும் எதிர்பார்க்காத விதத்தில் நாராந்தகன் நின்று இருந்த தேரை அந்தரத்தில் உயர்த்தி தரையில் எறிந்தது. இதனால் வானில் வீசப்பட்ட நாராந்தகன் மிகுந்த உயரம் சென்று அங்கிருந்து தலைகுப்புற வேகத்தோடு பூமியில் வந்து விழுந்தான். அந்த வேகத்தில் அவன் பாதாள லோகத்திற்கே சென்று மயங்கிக் கிடந்தான். இதுதான் சமயம் என்று குரூரன் காசிராஜனையும், அவனது அமைச்சர்களையும் சிறைமீட்டுக் கொண்டு வந்து விநாயகப் பெருமானின் முன்னால் நிறுத்தினான்.

மன்னனும் மற்றவர்களும் திரும்பி வந்தது கண்டு போர்வீரர்கள் ஆரவாரம் செய்தனர். காசிராஜன் மனைவி மகோற்கடரின் பாதங்களில் விழுந்து வணங்கி தன் நன்றியைத் தெரிவித்தாள். சிறிது நேரத்தில் மயக்கம் தெளிந்து எழுந்த நாராந்தகன், படைகளைத் திரட்டிக் கொண்டு மகோற்கடரை எதிர்த்து போர்க்களம் புகுந்தான்.

இதுதான் தருணம் என்பதை அறிந்த மகோற்கடர் ஏராளமான சேனைகளோடு யுத்தத்திற்குச் சென்றார். நாராந்தகன் அக்கினி உருவம் எடுத்து நகரத்தை அழித்தான். அதை அவர் அடக்கினார், உடனே அவன் காற்றாக உருமாறி மரங்களைப் பெயர்த்தான், மாடமாளிகைகளைத் தரைமட்டமாக இடித்துத் தள்ளினான். ஒரு பக்கம் அக்கினி மறுபக்கம் சூறாவளிக் காற்று இவைகளை எப்படிச் சமாளிப்பது என்று தெரியாமல் தேவர் படை பின்வாங்கியது.

இதனால் மகிழ்ச்சி அடைந்த நாராந்தகன், மழையாக மாறி வெள்ளப் பெருக்கை ஏற்படுத்தி நகரத்தையே மூழ்கடித்தான். மக்களும் விலங்குகளும் ஏராளமான எண்ணிக்கையில் அந்த வெள்ளத்தில் அடித்துச் செல்லப்பட்டனர். இப்படியாக பலவகையான மாய விளையாட்டுக்கள் மூலமாக அசுரன் காசிராஜனது நகரத்தை நிர்மூலமாக்கி வந்தான். அவன் எத்தனை தூரம் போகிறான் பார்க்கலாம் என்பதைப் போல மகோற்கடர் புன்சிரிப்போடு பார்த்துக் கொண்டு நின்றார்.

அவரது கை தாழ்ந்து விட்டது என்று நினைத்த நாராந்தகன், அவரைப் பார்த்து சிறுவனே இப்போதாவது என் பலத்தை அறிந்து கொண்டாயா? மரியாதையாக எனக்கு சரணம் போட்டு ஓடிப்போய் உயிர் பிழைத்துக் கொள் என்று கொக்கரித்தான்.

இப்போது தான் மகோற்கடருக்கு கோபம் வந்தது. உடனே தனது தந்தையால் கொடுக்கப்பட்ட பினாகம் என்ற வில்லை எடுத்து அஸ்திரத்தை எய்தார். அது அவன் தலையைக் கண் இமைக்கின்ற நேரத்தில் கொய்தது. இந்திர லோகத்தில் அரியணையில் அமர்ந்திருந்த தேவாந்தகனின் முன்னால் சென்று அந்தத் தலை விழுந்தது. தேவர்கள் இந்தக் காட்சியைக் கண்டு ஆரவாரம் செய்தனர். முனிவர்கள் ஜெயகோஷம் எழுப்பினர்.

ஆனால் இந்த ஆரவாரம் அடங்குவதற்கு முன்னால் நாராந்தகனின் உடலில் துண்டிக்கப்பட்ட தலை முளைத்தது. சளைக்காமல் ஆனைமுகன் அவனது தலைகளைத் துண்டித்து பல லோகங்களிலும் விழுமாறு செய்தார். இருந்தபோதிலும் ஏராளமான தலைகள் முளைத்துக் கொண்டே இருந்தன. இவன் அழிவே இல்லாதவனாக இருக்கிறானே என்று தேவர்கள் அச்சம் கொண்டனர்.

அவனது வாழ்நாள் முடிந்து விட்ட தருணத்தை அறிந்த விநாயகர் மிகப் பிரம்மாண்டான உருவம் கொண்டு அவன் முன்னால் நின்றார். உடனே உனக்கு மட்டும் தான் மாயாஜாலம் தெரியுமா! இதோ பார் என்று ஆணவத்தோடு சொல்லிவிட்டு அவரை விடவும் பெரிய உருவெடுத்து நின்றான். உடனே மகோற்கடர் தனது கால் பெருவிரலால் அவன் மார்பைக் கீறி அவன் ஆவியைப் போக்கினார். இதனைக் கண்டு தேவர்கள் நிம்மதிப் பெருமூச்சு விட்டனர். கந்தர்வர்கள் கானம் பாடி விநாயகப் பெருமானைப் போற்றினர். எங்கும் ஆனந்தம் தாண்டவமாடியது.

❀❀❀

33. யாகத்தில் தோன்றிய கருப்புக் குதிரை

தனது சகோதரனான நராந்தகனும் அசுரர்கள் பலரும் மகோற்கடரால் கொல்லப்பட்ட செய்தியை அறிந்த தேவாந்தகன் கடுங்கோபங் கொண்டான். தம்பி என்னிடம் ஒருவார்த்தை சொல்லி இருக்கக்கூடாதா? அந்தப் பகைவனின் தலையைக் கொய்து உனது கால்களில் போட்டிருப்பேனே? இப்படி மவுனமாக இருந்து இறந்து போனாயே என்று கதறினான். பிறகு ஒருவாறு மனத்தைத் தேற்றிக் கொண்டு பழிக்குப் பழிவாங்கும் எண்ணத்தோடு தனது படை வீரர்களைத் திரட்டிக் கொண்டு மகோற்கடரைத் தாக்க வந்தான்.

இதை அறிந்த மகோற்கடர் புத்தி தேவியாரை அழைத்து ''உனது சக்தியால் வீரர்களை உருவாக்கி படையெடுத்து வந்திருக்கும் அசுரர்களை அழித்து வா'' என்று ஆணையிட அவள் ஆனந்தமாகப் புறப்பட்டாள்.

புத்தி தேவியார் அணிமா, லகிமா போன்ற அட்டமா சித்திகளையும் எட்டுத் தேவிகளாகத் தோன்றச் செய்தாள். அவர்களிடமிருந்து மேலும் ஆயிரக்கணக்கான வீரர்களை ஆயுதங்களுடன் தோற்றுவித்தாள். அஷ்டமா சித்திகளும் போர்க்களம் புகுந்து அசுரர்களைக் கொன்று குவித்தனர்.

காலந்தகன், மகண்டன், ரத்தகேசன், தீர்க்கதந்தன், தாலசங்கன், கத்திபன் போன்ற அசுர வீரர்கள் இறந்ததைக் கண்டு தேவாந்தகன் அதிர்ச்சி அடைந்தான். தலைவர்கள் இல்லாத படைகள் கட்டவிழ்ந்த மூட்டையில் இருந்து கடுகு சிதறி ஓடுவதைப் போல நான்குபுறங்களிலும் ஓடி உயிர் தப்பினர்.

இதைக்கண்டு ஆத்திரம் அடைந்த தேவாந்தகன், அதி உக்கிரமாகப் பாய்ந்து வந்து கோபாவேசத்துடன் அஷ்டமா சித்திகள் எண்மரையும் தாக்கினான். அவனது தாக்குதலைச் சமாளிக்க முடியாமல் சித்திகள் எண்மரும் கலங்கினார்கள்.

அதைக் கண்ட புத்தி தேவியார், மிகவும் கோரமான தோற்றமும், பிரமாண்டமான உருவமும் கொண்ட மற்றொரு சக்தியை உருவாக்கி "நீ இப்போதே யுத்த களத்திற்குச் சென்று சக்தியிழந்து நிற்கும் எண்வகைச் சித்திகளையும் காப்பாற்றி அசுரப்படைகளை நாசஞ் செய்துவிட்டு வா" என்று ஆணையிட்டு அனுப்பி வைத்தாள்.

புத்தி தேவியாரால் உருவாக்கப்பட்ட சக்தி, போர்க்களத்திற்குச் சென்று அசுரப்படைகளை அழித்தாள். தேவாந்தகனைத் தூக்கி விழுங்கினாள். தேவாந்தகன் மாய உருவம் எடுத்து அவளது மூக்குத் துவாரத்தின் வழியாக வெளியே வந்து மறைந்து சென்று தனது அரண்மனைக்குள் ஒளிந்து கொண்டான். தன் தந்தையை நாடிச் சென்று, அசுரப்படைகள் தோல்விமேல் தோல்வி அடைந்து வருகின்றன. இதை என்னால் பொறுக்க முடியவில்லை ஆகவே "மடோற்கடரை வெல்லும் வழியொன்று சொல்லுங்கள்" என்று கேட்டான்.

அதைக்கேட்ட அவன், "தேவாந்தகா, யாகம் ஒன்று செய். அதிலிருந்து கறுப்புக் குதிரை யொன்று வெளிப்படும். நீ அதன் மீது ஏறிக் கொண்டு போர்க்களம் சென்றால் வெற்றி உனதே" என்று கூறி யாகம் செய்யும் முறைகளையும் அதற்கான மந்திரங்களையும் சொல்லிக் கொடுத்தான். அதன்படி தேவாந்தகன் யாகம் செய்ய, ஓம குண்டத்திலிருந்து கறுப்புக் குதிரை ஒன்று வெளிப்பட்டது. தேவாந்தகன் அதில் ஏறிக் கொண்டு மகோற்கடரை எதிர்க்க வந்தான்.

குரூரனும் அட்டமா சித்திகளும் புத்தி தேவியரால் உருவாக்கப்பட்ட பிரமாண்டமான சக்தியும் தேவாந்தகனை எதிர்த்தன. யாகத்தில் தோன்றிய குதிரையில் அவன் வந்ததால் அவர்களால் தேவாந்தகனை எதிர்க்கவோ ஜெயிக்கவோ முடியவில்லை. அத்துடன் தேவாந்தகன் யுத்தகளத்தில் யாகம் ஒன்றைச் செய்து பெரிய பூதம் ஒன்றை

வரவழைத்தான். அந்தப் பெண்பூதம் மகோற்கடரின் படை வீரர்களை, சோளப்பொறியை யானை விழுங்குவதைப் போல லபக் லபக் என்று கொத்தக் கொத்தாக எடுத்து விழுங்கத் தொடங்கியது. ஏற்கெனவே தேவாந்தகன் தொடுத்த மோகனாஸ்திரத்தினால் குரூரனும் அட்டமா சித்திகளும் மயக்கமாகிக் கிடந்தனர். அசுரர்கள் தொடர்ந்து வெற்றி பெற்றுவருவதைக் கண்டு வருத்தம் கொண்ட விஷ்ணுவும் பிரமனும் இந்திராதி தேவர்களும் விநாயகரைத் துதித்து "இனிமேலும் பொறுமையைக் கடைப்பிடிப்பதால் தேவாந்தகனின் வலிமை கூடும்" தேவர்கள் படை நிர்மூலமாகிவிடும். ஐயனே விரைந்து எங்களைக் காப்பாற்றுங்கள் என்று பணிந்தனர். விநாயகர் அவர்களது கோரிக்கையை ஏற்று யுத்தகளத்திற்குச் சென்றார்.

தேவாந்தனன் வாயு அஸ்திரம், வருணாஸ்திரம், மோகனாஸ்திரம், கருடாஸ்திரம், கர்பாஸ்திரம் போன்ற அஸ்திரங்களை ஏவினான். அவைகள் அனைத்தும் அவரை வலம் செய்து வணங்கிச் சென்றதைக் கண்டு, இறுதியாக பசுபதாஸ்திரத்தை விடுத்தான். மடோற்கடரும் பசுபதாஸ்திரத்தை விட்டார். இரண்டு அஸ்திரங்களும் பயங்கரமாக மோதி ஒன்றை ஒன்று வெற்றி காண முடியாது திரும்பின.

அதனால் கோபங் கொண்ட தேவாந்தகன், இனிமேல் ஒன்று நீ உயிரோடு இருக்க வேண்டும், அல்லது நான் இருக்க வேண்டும். இந்த ஒன்றை இப்போது செய்கிறேன் என்று கர்ஜித்துவிட்டு தனது கையில் மிகப் பெரிய தண்டத்தை எடுத்துக் கொண்டு வேகமாக ஓடிவந்து மகோற்கடரின் ரதத்தில் ஏறினான்.

அந்தத் தருணத்தில் மகோற்கடர் யானை முகனாக மாறித் தனது தந்தத்தில் ஒன்றை முறித்து அவனது தலையில் ஓங்கிக் குத்தினார். அவன் தலை ஆயிரம் சுக்கலாகச் சிதறி உடைந்தது. தேவாந்தகன் உயிர் மிகப் பிரகாசமாக ஆகாயத்தில் கிளம்பி, பிறகு விநாயகப் பெருமானின் திருவடிகளில் கலந்தது.

தேவர்கள் மகிழ்ச்சி அடைந்து மலர்மாரி பொழிந்தனர். வெற்றி கோஷம் வானைப்பிளக்க காசிநகரம் வந்த மகோற்கடர் காசிராஜனது மகனின் திருமணத்தை முடித்து வைத்தார். சகல செளபாக்கியங்களையும் காசிராஜனுக்கு அருளிய பிறகு அங்கிருந்து புறப்பட்டு காசியபரின் ஆசிரமத்திற்கு வந்து சேர்ந்தார்.

***

34. வேடம் மாறிய விஷ்ணு

பிரமாசுரன் என்பவன் பத்மகம் என்ற நகரத்தை ஆண்ட மன்னன். அவன் பன்னெடுங்காலமாக சிவபெருமானை நோக்கி கடுமையான தவம் செய்தான். அவன் தவத்திற்கு மெச்சிய ஈசன் தரிசனம் தந்தார். அவரிடம் அவன் பலவிதமான வரங்களைப் பெற்றான். மேலும் இறுதியாக ஐயனே நான் யார் ஒருவருடைய தலையில் கையை வைக்கிறேனோ அவர் எரிந்து சாம்பலாகிவிடவேண்டும் என்ற வரத்தையும் பெற்றுக் கொண்டான்.

தான் பெற்ற வரம் எப்படி வேலை செய்கிறது என்பதை பரீட்சை செய்து பார்க்க சிவபெருமான் தலையிலேயே கையை வைக்க அருகில் வந்தபோது அவர் மறைந்து விட்டார். இந்த வரத்தைப் பற்றி கேள்விப்பட்ட பிரம்மாவும், விஷ்ணுவும் பிரமாசுரனால் நிச்சயம் தங்களுக்கு ஆபத்து ஏற்படும் என்று பயந்தனர். இருந்தபோதிலும் அவனைத் தந்திரத்தினால் வெல்ல முடிவு செய்த மகாவிஷ்ணு மோகினியாக உருவம் எடுத்தார்.

மிக அழகான இளம் பெண், இளமை பொங்க, காண்பவரை மயக்கும் கட்டான உடல் அமைப்போடு தன் எதிரே நிற்பதைப் பார்த்த பிரமாசுரன் அவளுடைய அழகில் தன்னைப் பறி கொடுத்தான். அவளைச் சுற்றிச் சுற்றி வந்தான். அவள் அவனுக்கு முகம் கொடுக்காமல் அங்கும் இங்கும் போவது போல நடித்தாள். இதனால் அவனது மோகம்

கூடிக்கொண்டே போனது. இறுதியாக அவளை நிறுத்திய அவன் தன்னை மணந்து கொள்ளுமாறு கெஞ்சினான்.

மன்னவா! எனக்கு சம்மதம் தான். ஆனால் நடனமாதாகிய நான் எனக்கு இணையாக நாட்டியம் ஆடக்கூடிய ஆண்மகனைத்தான் திருமணம் செய்து கொள்ள முடியும். தங்களுக்கு நாட்டியம் ஆட வருமா? என்று தயங்கிய வண்ணம் கேட்டாள்.

இது ஒரு பிரமாதமா? இப்போது பார் என்று சொல்லி பிரமாசுரன் அவளுடன் போட்டியாக நடனம் ஆடினான். மோகினி ஆட, அவளுடைய அபிநயத்திற்கு ஏற்ற வகையில் தானும் அபிநயம் பிடித்து அழகாகவே ஆடினான் அசுரன். அப்பொழுது அண்டசராசரங்களும் கிடுகிடுத்தன. ஆடும் போது தனது கைகளினால் பலவிதமான அபிநயங்கள் செய்து சுழன்று சுழன்று ஆடினாள் மோகினி.

அவளுடைய அழகிலும், ஆட்டத்திலும் தன்னை மறந்த அசுரன் அவள் செய்வதைப் போலவே தானும் மிக நேர்த்தியாகச் செய்தான். சட்டென்று மோகினி தனது தலையில் கையை வைத்தாள். அசுரன் தான் பெற்ற வரத்தை மறந்து தன் கையை தன் தலையில் வைத்துக் கொண்டான். அடுத்த கணமே எரிந்து சாம்பலாகிப்போனான்.

தந்தையைத் தந்திரமாகக் கொன்ற தேவர்களைப் பழிக்குப் பழி வாங்க துடித்தான் அவனுடைய மகன் துராசதன் என்பவன். அசுரகுரு சுக்கிராச்சாரியாரின் அறிவுரைப்படி சிவபெருமானை நோக்கி கடுமையான தவம் செய்தான். முடிவில் அவரிடமிருந்து சக்தி மிகுந்த வரங்கள் பலவற்றைப் பெற்றான். தேவர்களாலும் பிரம்மா விஷ்ணுவினாலும் தனக்கு அழிவு ஏற்படக்கூடாது என்ற வரத்தையும் வாங்கிக் கொண்டான்.

தேவர்கள் நடுங்கினர், மகாவிஷ்ணு தன் தலைக்கு ஆபத்து என்பதை அறிந்து காசி விசுவநாதரிடம் சரண் அடைந்தார். ஈஸ்வரனும் அசுரனுக்கு அழிவு காலம் நெருங்கவில்லை என்பதால் தேவர்களை அழைத்துக் கொண்டு கேதாரிநாத் சென்று தங்கிவிட்டார். தேவர்கள் இரவு பகலாக பிரம்மனைத் துதித்து தங்களுக்கு சீக்கிரமாக விமோசனம் கிடைக்க பிரார்த்தனை செய்தவண்ணம் இருந்தனர்.

ஒருநாள் பிரம்மன் அவர்கள் முன்னால் தோன்றி சிவனுக்கும் பார்வதி தேவிக்கும் பிள்ளையாக அவதாரம் செய்யும் விநாயகப்பெருமான்

துராசதனை அழிப்பார் என்றார். இதைக் கேட்டு மகிழ்ச்சி அடைந்த தேவர்கள் பார்வதி தேவியை அடிபணிந்து, தாயே எங்கள் குறை தீர்க்க பிள்ளை பெற்றுக் கொடு என வேண்டினர்.

தேவர்கள் படுகின்ற துயரத்தைக் கேட்டு கொதித்தாள் பார்வதி. அப்போது அவளது முகத்தில் இருந்து ஐந்து முகங்களோடும், பத்துக் கரங்களோடும் பலவிதமான ஆயுதங்கள் ஏந்தி விநாயகப் பெருமான் தோன்றினார். அவருக்கு வக்கிரதுண்டர் என்ற பெயரை தேவி சூட்டினாள்.

மகனே! நீண்ட காலமாக தேவர்களை துராசதன் என்ற அசுரன் அடிமைப்படுத்தி கொடுமைகள் செய்து வருகிறான். நீ சதுரங்க சேனையோடு சென்று அவனை அழித்து வா என்று நெற்றித் திலகம் இட்டு பார்வதி தேவி அவரை அனுப்பி வைத்தாள்.

வக்கிரதுண்டர் அளவற்ற சேனையோடு போருக்குச் சென்று யுத்த களத்தில் துராசதனை எதிர்கொண்டார். அவன் தனது மாயாஜாலங்களைக் காட்டி போர் செய்தான். அவைகளை லகுவாக விலக்கிய வக்கிரதுண்டர் அவனுடைய நெற்றியில் ஓங்கிக் குத்தினார். அவன் மயங்கி விழுந்தான்.

மயக்கம் தெளிந்து எழுந்து மறுநாள் போருக்கு வந்தான். வக்கிரதுண்டர் மிகப் பெரிய உருவம் எடுத்து தன் காலை அசுரனுடைய தலையில் வைத்து அழுத்தினார். அவரது திருவடி ஸ்பரிசத்தினால் அசுரனுடைய அஞ்ஞானமும் ஆணவமும் விலக நல்ல புத்தி ஏற்பட்டது. அவன் அவரது திருவடியை பிடித்துக் கொண்டு மனமுருகி மன்னிப்பு வேண்டினான்.

அவன் மீது கருணை கொண்ட வக்கிரதுண்டர், துராசதா நீ காசி நகரத்தின் மேற்குப் பக்க வாசலில் எமது காலடியில் இருந்து இந்த ஊரில் தீமைகள் செய்வோரைத் தண்டித்து அடக்கி வாழ் என்று ஆசிர்வதித்து மறைந்தார். தேவர்கள் துன்பம் நீங்கி இன்பமாக வாழ்ந்தனர், வக்கிர துண்டரை நாளும் துதித்தனர்.

❀❀❀

35. ஜோதிடராக வந்த விநாயகர்

ஸ்வாயம்பு மனு இறந்த பின்பு அந்த நாட்டில் அறுபதினாயிரம் வருடங்கள் மழை பெய்யவில்லை. அதனால் பயிர் வளரவில்லை, குடிப்பதற்குத் தண்ணீர் இல்லை, எங்கும் வறட்சி, பஞ்சம் ஏற்பட்டு பூசைகள் வேதபராயணங்கள் நடைபெறவில்லை. அதனால் பிரமதேவன் பூவுலகத்திற்கு வந்து ரிபுஞ்சயன் என்பவனை அரசனாகத் தேர்ந்தெடுத்தார்.

அவன் ஒரு நிபந்தனை விதித்தான், காசி நகரத்தில் தேவர்கள் எவரும் இருக்கக்கூடாது. அதை ஏற்றால் தான் அரசனாவேன் என்றான். வேறு வழியில்லாத நிலையில் பிரமதேவன் அவன் கோரிக்கையை ஏற்றுக் கொண்டார்.

அவர் கேட்டுக் கொண்டதால் காசி நகரத்தை விட்டு தேவர்கள் வெளியேறினதும் ரிபுஞ்சயன் சக்கரவர்த்தியாக மகுடம் சூடிக் கொண்டான். ஆதீசேஷன் தனது மகளான அனங்கமோகினியை அவனுக்குத் திருமணம் செய்து கொடுத்தான். அவன் இனிய நல்லாட்சி நடத்திவந்தான். மக்கள் ஒரு குறைவும் இல்லாமல் அமைதியோடும் இன்பமாகவும் வாழ்ந்தனர்.

தேவர்களை அழைத்துக் கொண்டு மகாதேவன் காசியை விட்டு மந்திரகிரிக்குச் சென்றார். காலங்கள் ஓடின. தேவர்கள் காசி

நகரத்திற்குச் சென்று கங்கையில் நீராட முடியாமையால் வருத்தமடைந்து தமது தேவகுருவான பிரகஸ்பதியிடம் சென்று முறையிட்டனர்.

"தேவர்களே, ரிபுஞ்சயன் நீதி நெறி பிறழாது ஆட்சி செய்து வருகிறான். ஆகவே அவனைத் தட்டிக் கேட்பது கூடாது. இது பிரம்மா கொடுத்த வரம். என்னால் எதுவும் செய்ய முடியாது" என்று கையை விரித்து விட்டார் பிரகஸ்பதி. அதைக் கேட்டு வருந்திய தேவேந்திரன், எங்களை காசிக்குள் வரக்கூடாது என்கிறான் ரிபுஞ்சயன். அவனது நாட்டில் இனிமேல் யாகம் எப்படி நடக்கிறது என்று பார்க்கிறேன் என்று கறுவிக் கொண்டு அக்கினிதேவரை அங்கு செல்ல வேண்டாமென்று கட்டளையிட்டான். சூரியனையும் வாயுவையும் அவ்வாறே தடுத்தான்.

இதை அறிந்த ரிபுஞ்சயன் தனது தவ வலிமையால் தானே அக்கினி தேவனாகவும் சூரிய பகவானாகவும் மாறி மக்கள் யாகம் செய்ய உதவினான். இப்படியாக எண்பதினாயிரம் வருடங்கள் சென்றன.

மந்திர கிரியில் இருந்த கைலைநாதர் காசிக்குச் செல்ல விரும்பினார். ஆனால் பிரமனின் வரம் அதைத் தடுத்தது. எனவே கைலைநாதர் காசி நகரத்தில் நெறிபிறழும்படியாக மக்களைத் தூண்டும் விதத்தில் பல யோகங்களை உருவாக்கி அனுப்பினார். ஆனால் அவர்களாலும் அங்கு செல்ல முடியவில்லை. விஷ்ணு மற்றும் பிரம்மன் முதலியோரும் முயற்சி செய்தனர். அவர்கள் முயற்சி பலன் தரவில்லை.

இந்த நிலையில் சிவபெருமான் விநாயகரிடம் சென்று தேவர்களின் குறையை எடுத்துச் சொன்னார். விநாயகர் சிறுவனாக உருவம் எடுத்து ஜோதிடம் சொல்பவரைப்போல காசிநகரத்துக்குள் நுழைந்தார். காசி நகரத்து மக்களின் மத்தியில் பயங்கரக் கனவுகளை வரச் செய்து விட்டு அங்கு சோதிடனைப் போலச் சென்று பலன் கூறினார். காசி நகரத்திற்குப் பெரும் ஆபத்து வரப் போவதாகக் கூறிய விநாயகர், மக்களே இங்கிருந்து சீக்கிரமாக வெளியேறி விடுங்கள் என்று எச்சரிக்கை செய்தார்.

இதனால் மக்களில் பெரும்பான்மையானோர் காசி நகரை விட்டு வெளியேறினர். மற்றும் பலர் செய்வதறியாது திகைத்தனர். வேறு சிலர் நித்திய கர்மாக்களைச் செய்வதைக் கைவிட்டனர். இதனால் ஏற்பட்ட குழப்பத்தை அறிந்த மன்னன் சோதிடராக வந்த விநாயகரை அழைத்து உபசரித்து நாட்டில் ஏற்பட்ட சம்பவங்களுக்குக் காரணம் என்னவென்று கேட்டான். அதற்குச் சோதிடர் "அரசே இன்றிலிருந்து

பதினேழு தினங்கள் கழித்து அந்தணன் ஒருவன் இங்கு வந்து உனக்கு இதற்கான பதிலளிப்பான்" என்று கூறி விட்டுச் சென்றார்.

விநாயகர் காசி நகரத்திற்குச் சென்றதை அறிந்த பரமேஸ்வரன் மகாவிஷ்ணுவையும் இலக்குமியையும் அழைத்து காசி நகரம் சென்று மக்களைக் கெடுக்குமாறு கூறினார். மகாவிஷ்ணு காசி நகரத்து ஆண்களை அணுகி வேதங்களைப் பற்றியும் யாகத்தைப் பற்றியும் தவறாக எடுத்துக் கூறி வேதங்களை ஓத வேண்டாமென்றும், யாகங்களைச் செய்ய வேண்டாமென்றும் தடுத்தார்.

இதே நேரத்தில் இலக்குமி பெண்களிடம் சென்று கற்புத் தன்மை குறையுமாறு அவர்களின் மனதை மாற்றி, அவர்களைப் பிற ஆடவர்களுடன் இன்பம் அனுபவிக்கத் தூண்டினாள். பதினேழாவது நாள் மகாவிஷ்ணு ரிபுஞ்சயனின் அரண்மனைக்குச் சென்றார். தன் தவ வலிமையால் வந்திருப்பவர் மகா விஷ்ணு என்று ரிபுஞ்சயன் உணர்ந்தான்; "சுவாமி தாங்கள் யாரென்பதை நான் புரிந்து கொண்டேன். பதினேழு தினங்களுக்கு முன்பு சோதிடராக விநாயகர் வந்து சென்ற பின்பு எனது அஞ்ஞான இருள் மறைந்து விட்டது.

இத்தனை காலமாக தேவர்கள் காசி நகரத்திற்குள் வரக்கூடாது என்றும் காசி விசுவநாதரைத் தரிசிக்கக்கூடாது என்றும் தடை விதித்திருந்தேன். அது தவறு என்பதை உணர்ந்து கொண்டேன். தேவர்களை விரோதம் செய்து கொண்டால் எப்பேற்பட்ட வல்லவனாக இருந்தாலும் பிழைப்பது அரிது. ஆகவே இனிமேல் தடை எதுவும் இல்லை. காசி நகருக்குத் தேவர்கள் வரலாம்" என்றான். மகாவிஷ்ணு மகிழ்ந்து, அவனுக்குத் தனது சுய உருவைக் காட்டினார், ரிபுஞ்சயன் மகிழ்ந்து அவரை வணங்கினான்.

சுவாமி எனது பாவங்கள் தீருவதற்கு என்ன பரிகாரம் செய்ய வேண்டும் தயவு செய்து கூறி அருள் செய்ய வேண்டும் என்றான்.

மந்திரகிரியில் இருக்கின்ற கைலாசநாதர் காசிநகரத்திற்கு தேவர்களோடு வருவதற்கு விரும்புகிறார். அவருக்கு இத்தலத்தை அளித்தால் நீ செய்த பாவங்களும், பிழைகளும் தானே மறையும் என்றார் மகாவிஷ்ணு. ரிபுஞ்சயன் அவ்வாறே செய்து, காசிவிசுவநாதர் ஆலயத்திற்காகப் பெருஞ்செல்வம் அளித்து நித்ய வழிபாடுகள் குறைவில்லாமல் நடக்க வழி செய்தான். குறைகள் நீங்கி நீண்ட ஆயுளோடு வாழ்ந்தான்.

36. விநோதமான வரமும் வல்லபை திருமணமும்

பிரம்மாவின் மானச புத்திரர்களுள் ஒருவரான மரீசி முனிவர், தன் தந்தையிடம் சர்வ வல்லமை பொருந்திய கடவுள் யார் என்று கேட்க அவர் சாட்சாத் விநாயகப் பெருமான் ஒருவரே என்றார். ஆகவே மரீசி விநாயகரை நினைத்துத் தவம் செய்தார். அவரது தவத்திற்கு மகிழ்ந்த விநாயகர், ஒரு நாள் மரீசி முனிவனின் முன் தோன்ற, மரீசி "சுவாமி பார்வதிதேவி எனக்குப் புத்திரியாக வந்து பிறக்க வேண்டும். அவளைத் தங்களுக்கு நான் திருமணம் செய்து வைக்க வேண்டும்" என்று விநோதமான வரம் ஒன்றைக் கேட்டார்.

விநாயகரும் அவ்வாறே அனுக்கிரகம் செய்தார். உடனே மரீசி முனிவர் பிரமதேவரிடம் வந்து தான் விநாயகரிடம் பெற்ற வரத்தைச் சொன்னார். அதைக் கேட்டு பிரமதேவர் மனம் மகிழ்ந்து, அப்படியானால் நீ இனிமேல் இல்லறத்தில் ஈடுபடவேண்டும் என்று சொல்லி, தன் பிள்ளைக்கு வேதவல்லி என்ற பெண்ணை திருமணம் செய்து வைத்தார்.

இது இவ்வாறு இருக்கின்ற போது, கைலை மலையில் ஒரு நாடகம் நடந்தது. பார்வதி தேவி மரீசி முனிவரின் புத்திரியாக அவதரிக்க வேண்டும் அல்லவா அதற்காக.

பார்வதி தன் அருகில் இருந்த பரமேஸ்வரனை நோக்கி ‘‘சுவாமி அண்டசராசரங்கள் எவ்வாறு இயங்குகின்றன’’ என்று கேட்டாள். “தேவி, நிமித்தம், துணை, உபாதனம் என்ற மூன்று காரணங்களினால் தான் அவை இயங்குகின்றன. ஒரு குயவன் சக்கரத்தை சுற்றி அதில் களிமண்ணை வைத்து பானை செய்கிறான். இதில் குயவன் நிமித்தகாரணம், அவனுடைய செயலுக்கு துணையாக இருப்பது சக்கரம். பானையாக மாறுவது களிமண். இது உபாதனம் எனப்படும். அந்த மூன்றில் நிமித்தம் என்பது நான், துணை என்பது நீ, உபாதனம் என்பது மகாமாயை’’ என்றார்.

அதைக் கேட்ட சக்தியின் உள்ளத்தில் கர்வம் தோன்றியது; “சுவாமி சக்தியென்பது நானென்றால் தங்கள் உடலும் உருவமும் நான் தானே”? நான் இல்லாவிட்டால் எதுவும் இயங்காது அல்லவா! என்றாள். இதைக் கேட்டதும் மகேஸ்வரன் கோபங் கொண்டு சகல புவனங்களிலும் உள்ள சக்திகளை ஒடுக்கினார். அதனால் உலகம் நடுங்கியது. பிரம்ம விஷ்ணுக்கள் மதிமயங்கினர். அண்டசராசரங்களும் சக்தி இழந்தன.

அவர் உடனே பதினோறு கோடி ருத்திரர்களைப் படைப்பித்தார். அவர்கள் ஈசனைத் தொழுது பழையபடி பிரபஞ்சம் சீராக இயங்க திருவுளம் வைக்குமாறு வேண்டினர். அவரும் பிரம்மா விஷ்ணு ஆகியோரை உயிர்ப்பித்தார். அண்டசராசரங்களும் இயங்கின. பிரம்ம விஷ்ணுக்கள் ஈசனைப் பார்த்து ஐயனே எங்கள் பணியைச் செய்யத் தவறி விட்டோம் எங்களை மன்னித்தருள் என விண்ணப்பம் செய்தனர்.

அதற்கு நீங்கள் யாரும் காரணம் அல்ல, பார்வதியின் அறியாமையே காரணம் என்றார். நடுநடுங்கிய சக்தி மகேஸ்வரனைத் தொழுது தன்னை மன்னிக்கும்படி வேண்டினாள். எனது தவறுக்கு என்ன பரிகாரமோ அதைச் சொல்லுங்கள் செய்கிறேன் என்று அவர் பாதங்களில் பணிந்தாள்.

நீ பூலோகம் சென்று மனிதப் பெண்ணாகப் பிறந்து தவம் செய்ய வேண்டும் அதுவே உனக்குப் பரிகாரம் என்றார். தேவி வருந்தினாள். அதைப்பார்த்த ஈசன், தேவி வருந்தாதே! எல்லாம் என் திருவுளப்படியே நடக்கிறது. உன்னை மகளாக அடைவதற்காக மரீசி முனிவர் யமுனைக் கரையில் தவம் செய்கிறார். அவர் நீராட வரும் நேரத்தில் “நீ தாமரை மலராக அந்நதியில் மலர்ந்திருப்பாயாக. முனிவர் உன்னைக் காணும்

போது நீ ஒரு பெண் குழந்தையாக மாறுவாய். மரீசி முனிவர் உன்னை எடுத்துச் சென்று வளர்த்து வருவார், உனது திருமணப் பருவத்தில் நானே அவரது விருப்பப்படி விநாயகரது உருவத்தில் வந்து திருமணம் செய்து கொள்வேன் என்று சொல்லி அவளை பூலோகம் அனுப்பி வைத்தார்.

தை மாதம் பிறந்தது. மகா புண்ணிய காலத்தில் மரீசி முனிவர் தனது மனைவியோடும் மற்ற முனிவர்களோடும் நீராட யமுனை நதிக்கு வந்தார். குளத்தில் ஏராளமான தாமரை மலர்கள் பூத்திருந்தன. ஒரு பெரிய தாமரை மலரில் சங்கு ஒன்று இருப்பதைக் கண்டார். அவர் பார்க்கும் போது அது அழகான ஒரு பெண் குழந்தையாக மாறியது. மரீசி முனிவர் அக்குழந்தையை எடுத்து மனைவியிடம் கொடுத்தார். அவள் அதை வாங்கி உச்சிமோந்தபோது ஆச்சரியப்படும் விதமாக அவளுடைய முலைகளில் தாய்ப்பால் சுரந்தது. இது இறைவன் கருணையால் நிகழ்ந்த அற்புதம் என்று மகிழ்ந்தாள். அந்தப் பாலை குழந்தைக்கு ஊட்டினாள்.

தாம் கேட்ட வரத்தின்படியே பார்வதி தேவியே ஒரு பெண் குழந்தையாகி வந்திருக்கிறாள் என்று மகிழ்ச்சி அடைந்த முனிவரும் அவரது பத்தினியும் அந்தக் குழந்தைக்கு வல்லபை என்று பெயரிட்டு அன்போடு வளர்த்து வந்தனர். ஐந்து வயதான போது வல்லபை, அப்பா நான் ஈஸ்வரனை மணாளனாக அடையத் தவம் செய்யப்போகிறேன் என்றாள்.

முனிவர் சம்மதித்தார், ஆனால் வல்லபையின் தாய் தடுத்தாள். அவளைச் சமாதானப்படுத்திய முனிவர் வேண்டிய உதவிகளைச் செய்து கொடுத்தார். வல்லபை ஆச்சிரமம் அமைத்துப் பரமேஸ்வரனை நினைத்துத் தவமிருந்தாள். தேவிக்குப் பன்னிரண்டு வயது நடக்கும் போது விநாயகப் பெருமான் பரமேஸ்வரனிடம் வந்து வல்லபையைத் திருமணம் செய்யப் புறப்படுமாறு கூறினார்.

பரமேஸ்வரன் அந்தணரைப்போல வடிவம் கொண்டு வல்லபையின் ஆசிரமத்திற்கு வந்தார். வல்லபை அவரை வரவேற்று உபசரித்து "சுவாமி தாங்கள் இங்கு வந்த காரணம் யாது" என்று கேட்டாள். "பெண்ணே உன்னை மணந்து கொள்ளவே இவ்விடம் வந்தேன்" என்றார். அதைக்கேட்டு அதிர்ச்சி அடைந்த வல்லபை, அந்தணரே "நான் விநாயகப் பெருமானை மணம் செய்யும் பொருட்டே தவம்

செய்கிறேன். அவரை அன்றி வேறு ஆடவரை மனத்தாலும் நினைக்க மாட்டேன்'' என்றாள்.

அதைக்கேட்ட அந்தணர், ''சிவபெருமான் எதில் உயர்ந்தவன்? புலித்தோலை கட்டிக் கொண்டு, உடம்பு முழுவதும் பிணத்தின் சாம்பலைப் பூசிக் கொண்டு, பேய்கள் வாழும் சுடுகாட்டில் ஆடுகிறவன். அவனே கையில் கபாலம் ஏந்தி பிச்சை எடுத்து பிழைக்கிறான், அவனால் உனக்கு எந்த சௌகரியத்தையோ அல்லது சந்தோஷத்தையோ தரமுடியாது. ஆகவே பிடிவாதம் விட்டு என்னை மணந்து கொள்'' என்றார்.

இந்த வார்த்தைகளைக் கேட்டு வல்லபை பெருஞ்சீற்றம் கொண்டாள். ''சிவநிந்தனை செய்கின்ற உன்னை நான்பார்க்கவும் விரும்பவில்லை போ இங்கிருந்து போய்விடு என்று கத்தி விரட்டினாள்.

அப்போது அந்தணர் உருவில் வந்த பரமேஸ்வரன், கணேசரின் உருவில் நின்றார். மனம் மகிழ்ந்த வல்லபை அவரைப் பலமுறை வலம் வந்து வணங்கினாள், என்னை மன்னித்து விடுங்கள், வந்திருப்பது நீங்கள் என்பதை அறியாமல் பேசிவிட்டேன் என்று வேண்டினாள். "சுவாமி, தங்கள் வலப்பக்கத்தில் நான் என்றும் பிரியாதிருக்க அருள் புரிய வேண்டும்" என்று கேட்டாள். அவ்வாறே ஆகட்டும் என்று ஆசி வழங்கினார் வேழமுகன்.

யாரோ ஒரு அந்தணர் வந்து வல்லபையுடன் சம்வாதம் செய்வதாகவும், திருமணம் செய்து கொள்ள விரும்புவதாகவும் தோழிப்பெண்கள் ஓடிச் சென்று முனிவரிடம் தெரிவித்தனர். இதை அறிந்த மரீசி முனிவர் ஞான திருஷ்டியினால் விநாயகப் பெருமானே ஆச்சிரமத்திற்கு வந்திருப்பதை அறிந்து விரைந்து வந்து அவரை வலம் வந்து பணிந்து தனது மகளைத் திருமணம் செய்து கொள்ள வேண்டினார்.

பகவான் அவருக்குத் தனது சுய உருவத்தைக் காட்டித் திருமணத்திற்கு இசைந்தார். திருமணத்திற்கான ஏற்பாடுகள் ஆரம்பமாகின. விஷ்ணுவும் பிரமாதிதேவர்களும் முனிவர்களும் வந்து கூட பகவான் வல்லபையைக் கைப்பிடித்தார். அதன் பின்பு விநாயகர் தனது விஸ்வரூபத்தைக் காட்டி எல்லோருக்கும் ஞானத்தை உபதேசித்தார்.

37. சோமகாந்தனால் முக்தி பெற்ற நகர மக்கள்

பிரமதேவர் வியாசபகவானுக்கு எடுத்துக் கூறிய விநாயகரின் பெருமை மிக்க சரித்திரத்தைப் பிருகு முனிவர் சோமகாந்தராஜனுக்கு இவ்வாறு விரிவாகக் கூறினார். “அரசே ஆதிபரம் பொருளான விநாயகப் பெருமானின் பாதங்களைத் தினமும் மன ஒருமைப்பாட்டோடு மலர்தூவி அர்ச்சித்து வந்தால் நீ எண்ணியதெல்லாம் நிறைவேறும்” என்றார்.

பிருகு முனிவர் தனக்கு உபதேசித்த விநாயகரின் மகா மந்திரத்தைத் தினமும் சோமகாந்தன் உச்சரித்து விநாயகரை அர்ச்சித்து வந்தான். அதைக் கண்டு மகிழ்ந்த விநாயகப் பெருமான் தனது கணங்களை அழைத்து அழகிய விமானம் ஒன்றைக் கொடுத்து சோமகாந்தனை அழைத்து வருமாறு அனுப்பினார். தேவகணங்கள் அரசனிடம் வந்து ‘‘அரசே! விநாயகப் பெருமான் உங்களை அழைத்து வரச் சொன்னார் வாருங்கள்’’ என்று அழைத்தனர்.

சோமகாந்தன் ஆனந்தப் பரவசமடைந்து பிருகு முனிவரின் பாதங்களைப் பணிந்தான்; “சுவாமி தங்களின் அருளால் எல்லாம் வல்ல விநாயகப் பெருமானின் தாமரைப் பாதங்களை அடையும் பெரும் பேற்றைப் பெற்றேன். என்னை வாழ்த்தி விடை தாருங்கள்” என்றான். “மன்னா, விநாயகப் பெருமானின் பெருமைகளை எடுத்துக் கூற ஆயிரம் ஜன்மங்கள் எடுத்தாலும் போதாது. நீயும் உன் மனைவியும் இரு அமைச்சர்களும் விநாயகப் பெருமானின் திவ்விய லோகத்திற்குச்

சென்று இன்பமாக வாழுங்கள்'' என்று வாழ்த்தினார் பிருகுமுனிவர்.

சோமகாந்தனும் அவனது மனைவி சுதன்மையும் மற்றும் அமைச்சர்களும் தேவ விமானத்தில் ஏறியபோது, சுதன்மை சொன்னாள்; "நாதா நாம் நோயுற்று இவ்விடம் வந்தோம். நமது மகன் எமகண்டன் நமக்காகக் காத்திருப்பான். தாங்கள் இப்போது பிரகாசமேனியும், நோயற்ற உடலும் கொண்டு இருப்பதைப் பார்த்தால் அவன் மிகவும் மகிழ்ச்சி அடைவான். ஆகவே அரண்மனைக்குச் சென்று அவனைச் சந்தித்து விவரங்களைச் சொல்லிய பிறகு செல்வோம் என்றாள்.''

அவள் சொல்வதைக் கேட்ட தேவ கணங்கள் "தேவி சொல்வது சரியே, தங்கள் புத்திரனும் வேழமுகத்தோன் மீது பக்தி கொண்டு தினமும் அவரை வழிபட்டு வருகிறான். தங்கள் நகரத்திற்கு வெளியே விமானத்தைச் சற்று நேரம் நிறுத்துகிறோம். தாங்கள் குமாரனை அழைத்து அவனைச் சந்தித்து ஆசி கூறி விட்டு வாருங்கள்'' என்றனர். பிறகு அவ்வாறே அவர்கள் விமானத்தை நகருக்கு வெளியே இறக்கினர்.

அமைச்சர்கள் ஓடிச் சென்று ஏமகண்டனிடம் விவரங்களைச் சொல்லி அழைத்து வந்தனர். தனது தந்தை நோய் நீங்கி தேஜசு வீசுகின்ற பிரகாசமான உடலோடு இருப்பதையும் அவர்களை அழைத்துச் செல்ல விநாயகர் அனுப்பிய தேவ விமானம் வந்திருப்பதையும் பார்த்து அவன் மிகுந்த ஆனந்தம் அடைந்தான். அரசரைப் பார்க்க அவனைத் தொடர்ந்து அமைச்சர்களும் நகர மக்களும் ஓடோடி வந்தனர். அனைவரையும் சோமகாந்தன் ஆசிர்வதித்தான். அப்பா எனக்கும் இந்த அரச வாழ்க்கை அலுத்துவிட்டது. நானும் உங்களோடு தேவ விமானத்தில் வருகிறேன் என்றான் ஏமகண்டன். அந்த நகரத்து மக்களும் அவ்வாறே தாங்களும் வருவதற்கு விரும்பினர்.

உடனே தேவ கணங்கள் இவர் பலகாலமாக விக்னேசுவர பூசை செய்திருக்கிறார். ஆகவே அதன் பலனாக இவர் விநாயகரது லோகத்தை அடைவதற்கு எந்தத் தடையும் இல்லை. அவரையும் அழைத்துச் செல்லலாம் என்றனர். மேலும் நீங்கள் விநாயகரது திவ்ய சரித்திரத்தைக் கேட்ட பலனைத் தந்தால் உங்களது நகர மக்கள் அனைவரையும் அழைத்துச் செல்ல முடியும் என்றனர். சோமகாந்தன் தான் விநாயக புராணம் கேட்ட பலனை தத்தம் செய்தான் அதனால் அவனது நகர மாந்தர் அனைவரும் தேவசரீரம் பெற்றனர். அனைவரையும் ஏற்றிக் கொண்டு விமானம் விநாயகப் பெருமானின் திவ்யலோகம் சென்றது.

***

38. ஸ்ரீ விநாயக புராணம் கேட்பதால் ஏற்படும் பலன்கள்

நைமி சாரண்யத்தில் தன்னைச் சுற்றி அமர்ந்து மிகுந்த விருப்பத்தோடு தான் இதுவரையில் சொல்லிவந்த ஸ்ரீ விநாயகரது பெருமைகளைக் கேட்ட முனிவர்களைப் பார்த்து, சூதமாமுனிவர்,

“அன்பு மிக்க முனிவர்களே! எம்பெருமானின் லீலைகளைச் சொல்லச் சொல்லிக் கேட்டுக் கொண்டேயிருக்கலாம். எத்தனை ஜென்மம் எடுத்து அதைப் பற்றிப் பேசினாலும் அதை முழுமையாகப் பேசிவிடவோ அல்லது படித்து விடவோ, பிறர் சொல்லிக் கேட்டுவிடவோ நிச்சயமாக முடியாது.

அப்படியிருக்க சில நாட்களில் ஸ்ரீவிநாயக புராணத்தின் பெருமையை என்னால் எப்படி தெரிவிக்க முடியும்? இருந்த போதிலும் எனக்கு குருநாதர் பிருகு முனிவர் சொன்னதை நான் இப்போது உங்களுக்கு உபதேசித்தேன். இக்கதைகளைக் கேட்டாலும், படித்தாலும், பிறருக்கு பக்தியோடு சொன்னாலும் அவரவர் ஏழேழு ஜன்மங்களில் செய்த பாவங்கள் அனைத்தும் எரிந்து சாம்பலாகிவிடும் என்று பெரியோர்கள் சொல்வதிலிருந்தே இதன் மகிமையை உணரலாம்.

“செய்நன்றி மறத்தல், பிற உயிர்களுக்குத் துன்பஞ் செய்தல் யாகம், தவம், தருமம், தானம் ஆகிய கர்மாக்களைச் செய்யாதிருத்தல், குருவுக்கு உரிய தட்சணை கொடுக்காமலிருத்தல், தெய்வ வழிபாடு செய்யும் இடங்களை அசுத்தப்படுத்தல், பஞ்சபூதங்களான நிலம், வானம், நீர், நெருப்பு, வாயு ஆகியவற்றையும் அந்தணர், மற்றும் பசுக்கள், சூரிய, சந்திரர் ஆகியோரையும் வணங்காதிருத்தல், உண்ணும் உணவைத் தெய்வமாக மதித்து தொழாதிருத்தல், தம்மை நாடி வந்த விருந்தினர்கள், அடிமைகள் ஆகியோருக்கு உணவு அளிக்காதிருத்தல், போஜனம் உண்ணும் பந்தியில் பெரியவர்கள் உணவு அருந்தி எழும் முன்னால் அவசரமாகச் சாப்பிட்டுவிட்டு கையைக் கழுவுவதற்கு எழுந்திருத்தல், ஒரு கையால் தானம் வாங்குதல், அந்திப் பொழுதில் தீபத்தை வணங்காதிருத்தல் ஆகியவற்றினால் ஏற்படும் தோஷங்களை ஸ்ரீ விநாயக புராணம் கேட்பதன் மூலமாக போக்கிக் கொள்ளலாம்.

மேலும் கணவன் மனைவி ஆகிய இருவருக்கிடையே புகுந்து செல்லுதல், புல்விளைகின்ற நிலம், சாணம், சுடுகாட்டுக்குச் செல்லும் வழி, குளம், ஆறு முதலிய தீர்த்தங்கள், ஆலயம், பசுக்கள் இருக்குமிடம் ஆகிய இடங்களை அசுத்தப்படுத்துதல், பிற ஸ்திரீகளை விரும்பி அடைதல், மதுபானம், களவு, சூது ஆகியவற்றில் ஆசை கொண்டு ஈடுபடல், பிறரைக் கண்டு பொறாமைப்படுதல், வீட்டு தெய்வங்களுக்குப் பூஜை, நைவேத்தியம் ஆகியவை செய்யாதிருத்தல், நெருப்பைத் தாண்டுதல், தலையில் வைத்த எண்ணெயை உடம்பில் வழித்துத் தடவுதல், மனைவியின் குணத்தைப் பெருமையாக எடுத்துச் சொல்லல், தொடையில் தட்டினை வைத்துக் கொண்டு உணவு சாப்பிடுதல் போன்றவற்றினால் ஏற்படும் பாவங்களும் தோஷங்களும் ஸ்ரீ விநாயக புராணத்தைப் படிப்பதாலும் கேட்பதாலும் நீங்கும்.

பட்டினி கிடந்து உயிரை வாட்டுதல், நிலத்தை நகத்தினால் கீறுதல், ஆடையில்லாமல் நதியில் குளித்தல், மந்திரங்களைத் தகாதவர்களுக்கு காசுக்கு ஆசைப்பட்டு உபதேசித்தல், பெரியோர்கள் அமர்ந்திருக்கும் ஆசனங்களைக் காலால் உதைத்தல், நகங்கள், உரோமங்களைப் பல்லினால் கடித்தல், வயதானவர்கள், கல்வியில் பெரிய சான்றோர்கள் நித்திரை செய்யுங் காலத்து அவர்களைத் தேவையில்லாமல் எழுப்புதல், பொய் சொல்லுதல், நல்லவர்களைத் திட்டிப்பேசுதல், இடக் காலை வலக்காலின் மீது தேய்த்துக் கழுவுதல், இடக்கையால் தலையைத்

தொடுதல், நின்றும், நடந்தும், படுத்தும் உணவு அருந்துதல், பக்தர்களையும், தெய்வ அடியார்களையும் நிந்தனை செய்தல், விதிக்கப்பட்ட கர்மாக்களைச் செய்யாதிருத்தல், தகாத காலங்களில் மனைவியுடன் கூடுதல், தீபத்தை வாயால் ஊதி அணைத்தல், பெண்கள் பிற புருஷர்கள் மீது ஆசை வைத்தல், இன்னும் எத்தனையோ செய்யக் கூடாத காரியங்களைச் செய்வதால் ஏற்பட்ட பாவம் அனைத்தும் இந்த விநாயக புராணத்தை பக்தியோடு கேட்பதாலும் படிப்பதாலும் போகுமென்று சொல்லப்பட்டிருக்கிறது.

நைமிசாரண்யத்து முனிவர்களே "இத்தனை மகத்துவம் வாய்ந்த கதையை நீங்கள் விரும்பிக் கேட்டதால் தான் நான் சொல்ல நேர்ந்தது. அதனை எனக்குக் கிடைத்த மிகப் பெரிய பாக்கியமாகவே கருதுகிறேன்'' என்று சூதமுனிவர் சொல்லி முடித்தார்.

அங்கிருந்த முனிவர்கள் அனைவரது மனத்திலும் சாட்சாத் விநாயகப் பெருமான் நினைவே நிரம்பி வழிந்தது. அந்த வனமும் அதில் உள்ள மரங்களும், மரங்களில் வசித்த பறவைகளும், கூட இந்தப் புனிதமான கதையைக் கேட்டு மன அமைதியும், பேரின்பமும்அடைந்தன.

நைமிசாரண்ய வனம் முழுவதுமே தெய்வீகப் பேரலைகள் நிரம்பியிருந்தன. எங்கும் அமைதி. முனிவர்கள் கண்களை மூடி விநாயகப் பெருமானை மனத்திரையில் சித்திரம் போல எழுதி வைத்து தியானத்தில் ஈடுபட்டு மோனத்தில் ஆழ்ந்தனர்.

ஓம் சாந்தி சாந்தி சாந்தி

ஸ்ரீ விநாயக புராணம் நிறைவடைந்தது.

❋❋❋

www.ingramcontent.com/pod-product-compliance
Lightning Source LLC
LaVergne TN
LVHW100541051026
849519LV00003B/855

* 9 7 8 9 3 8 7 6 5 5 9 5 9 *